പി. സുരേന്ദ്രൻ

1961 നവംബർ 4ന് മലപ്പുറം ജില്ലയിലെ ആനക്കയം പഞ്ചായത്തിലുള്ള പാപ്പിനിപ്പാറ എന്ന ഗ്രാമത്തിൽ ജനിച്ചു. അച്ഛൻ: പി. കുമാരൻനായർ, അമ്മ: സരോജിനിയമ്മ. 1983ൽ ടി.ടി.സി. പാസായി. 32 വർഷം അധ്യാപകനായിരുന്നു. 1981ൽ മാതൃഭൂമി ആഴ്ചപ്പതിപ്പ് നടത്തിയ കഥാമത്സരത്തിൽ ഒന്നാംസമ്മാനം ലഭിച്ചു. 1988ൽ കേരള സാഹിത്യ അക്കാദമിയുടെ സഹായത്തോടെ കർണ്ണാടകത്തിലെ ദേവദാസി സമ്പ്രദായത്തെക്കുറിച്ച് പഠനം നടത്തി. ഇന്ത്യയിലും നേപ്പാളിലുമൊക്കെ വിപുലമായി സഞ്ചരിച്ച് ഒട്ടേറെ യാത്രാലേഖനങ്ങൾ പ്രസിദ്ധീകരിച്ചു. 1999ൽ കേന്ദ്രസാഹിത്യ അക്കാദമിയുടെ ട്രാവൽ ഗ്രാന്റ് ഉപയോഗിച്ച് ബുദ്ധകേന്ദ്രങ്ങളിലൂടെ സഞ്ചരിച്ചു. ചിത്രകല, ശില്പകല, വാസ്തുശില്പകല എന്നീ വിഷയങ്ങളിലും ധാരാളം ലേഖനങ്ങൾ പ്രസിദ്ധീകരിച്ചിട്ടുണ്ട്. കഥകളുടെ ഇംഗ്ലീഷ് പരിഭാഷകൾ സൺഡെ ഹെറാൾഡ്, ഇന്ത്യൻ ലിറ്ററേച്ചർ, ചന്ദ്രഭാഗ, വേൾഡ്‌വേ ഗ്ലാസിക്ക്, പയനീർ, എൻ.ബി.ടി. ആന്തോളജി, മലയാളം ലിറ്ററി സർവ്വെ എന്നിവയിൽ പ്രസിദ്ധീകരിച്ചു. ബ്രിട്ടീഷ് കൗൺസിൽ പ്രസിദ്ധീകരിച്ച ROUTS: Representation of the west in short fiction from South India in translation എന്ന പുസ്തകത്തിലും കഥ ഉൾപ്പെടുത്തിയിട്ടുണ്ട്. കന്നടയിലേക്കും ഹിന്ദിയിലേക്കും കഥകൾ വിവർത്തനം ചെയ്യപ്പെട്ടിട്ടുണ്ട്. മികച്ച കഥയ്ക്കുള്ള മൾബറി പുരസ്കാരം (ബർമുഡ), മികച്ച കഥാസമാഹാരത്തിനുള്ള അങ്കണം അവാർഡ് (ബർമുഡ), എസ്.ബി.ഐ. അവാർഡ് (ബർമുഡ), മികച്ച നോവലിനുള്ള അബുദാബി ശക്തി അവാർഡ് (മായാപുരാണം), ചെറുകഥയ്ക്ക് സാഹിത്യ അക്കാദമി അവാർഡ് (ജലസന്ധി), ഓടക്കുഴൽ അവാർഡ് (ചൈനീസ് മാർക്കറ്റ്), യാത്രാവിവരണത്തിൽ സാഹിത്യ അക്കാദമി അവാർഡ് (ഗ്രാമപാതകൾ), പത്മരാജൻ പുരസ്ക്കാരം (കഥ - ഗൗതമവിഷാദയോഗം) എന്നിവ ലഭിച്ചു.

കൃതികൾ: പിരിയൻ ഗോവണി, ഭൂമിയുടെ നിലവിളി, ഹരിതവിദ്യാലയം, കറുത്തപ്രാർത്ഥനകൾ, ബർമുഡ, ആഴത്തിന്റെ നിറം, അഭയാർത്ഥികളുടെ പൂന്തോട്ടം, അറുപത്തിനാലു ചെറുകഥകൾ, ജലസന്ധി (കഥാസമാഹാരം), മഹായാനം, സാമൂഹ്യപാഠം, മായാപുരാണം, കാവേരിയുടെ പുരുഷൻ, ജൈവം, ജിനശലഭങ്ങളുടെ വീട് (നോവലുകൾ), രാസലീല (ഗീതഗോവിന്ദത്തിന്റെ പരിഭാഷ).

ഭാര്യ: സുജാത, മക്കൾ: ജയദേവൻ, നിഖിലചന്ദ്രൻ

വിലാസം: പ്രാർത്ഥന, വട്ടംകുളം - 679 578, മലപ്പുറം ജില്ല, ഫോൺ: 9447645840

Malayalam Language
Chinese Market
(Stories)
P. Surendran

♦

Published in June 2018
by Kairali Books Private Limited
Thalikkavu Road, Kannur.
Ph : 0497-2761200
E-Mail : Kairalibooksknr@gmail.com

♦

Cover Painting
Ung Vai Meng, Guilherme

♦

Cover Design
Prasanth Mangad

♦

Price ₹: 180.00
15/18-19/Sl.No.1005/POD100/NS 18.6
ISBN.978-93-88087-02-5

ഓടക്കുഴൽ അവാർഡ് നേടിയ പുസ്തകം

ചൈനീസ് മാർക്കറ്റ്

പി സുരേന്ദ്രൻ

കൈരളി ബുക്സ്

ഉന്മാദങ്ങൾ പെരുകുമ്പോൾ

എം.പി. രാധാകൃഷ്ണൻ

“വളരും വളർന്ന് വലിയ ആളാകും.” എം.ടിയുടെ നാലുകെട്ടിന്റെ തുടക്കം അതാണ്.

“ആരോടെങ്കിലും എനിക്ക് കയർക്കണം. അത്രക്ക് വേദനയുണ്ട്.” ബഷീറിന്റെ ‘ശബ്ദങ്ങളു’ടെ തുടക്കം ഇങ്ങനെയാണ്.

ദശകങ്ങളായി നമ്മുടെ സാംസ്കാരികലോകത്തെ ഭരിക്കുന്ന രണ്ടു ചിന്താധാരകളെ ഇവ രണ്ടും പ്രതിനിധീകരിക്കുന്നു. വിപരീത സാഹചര്യങ്ങൾ നിലനിൽക്കെത്തന്നെ വളരാനും വലിയ ആളാവാനും എം.ടി.യെപ്പോലുള്ള സാംസ്കാരിക നായകന്മാർക്കു കഴിഞ്ഞു. മറുവശത്ത്, വേദനിച്ചു ജീവിക്കുകയും എഴുതുകയും രോഷത്തോടെ ഭൂമിയിൽ മാറിൽ രക്തം കൊണ്ട് വാക്കുകൾ കോറിയിട്ട്, ക്ഷോഭത്തിന്റെ പൊള്ളുന്ന പൈതൃകം മലയാളിക്ക് കൈമാറുകയും ചെയ്ത ബഷീറിനെപ്പോലുള്ള എഴുത്തുകാരുണ്ട്.

‘കാല’വും ‘രണ്ടാമൂഴ’വും ‘വാരണാസി’യുമെല്ലാം മനുഷ്യന്റെ ഭോഗപുരാണത്തിന് പുതിയ ഭാഷ്യങ്ങൾ ചമച്ചു. ഒരു തരത്തിൽ എം.ടി.ക്കും ഈ ജനുസ്സിൽപ്പെട്ട ഇതര എഴുത്തുകാർക്കും ഭോഗത്തിന്റെ വിഷമവൃത്തത്തിൽനിന്നും പുറത്തു കടക്കാനായില്ല. തലയോടുകൾ പശിമ നൽകിയ മണ്ണിൽ നിന്നുകൊണ്ട് ചോദ്യകർത്താക്കളായി വളർന്ന കരുത്തരായ കാഥികരുടെ മറ്റൊരു കോറസ്സും ഇവിടെയുണ്ട്. അവരുടെ മുൻനിരയിൽ ബേപ്പൂർ സുൽത്താനുമുണ്ട്. ഉറൂബും കോവിലനും പട്ടത്തുവിളയും യു.പി.ജയരാജും എൻ. പ്രഭാകരനും പി. സുരേന്ദ്രനും അശോകനുമെല്ലാം ഈ ചോദ്യകർത്താക്കളിൽ പെടുന്നു.

പി. സുരേന്ദ്രന്റെ 'ചൈനീസ് മാർക്കറ്റ്' എന്ന കഥാസമാഹാരം നമ്മുടെ കഥാരംഗത്തെ റാഡിക്കൽ പാരമ്പര്യം ഇന്ന് നേരിടുന്ന പുതിയ സമസ്യകളിലേക്ക് നമ്മുടെ ശ്രദ്ധ് ക്ഷണിക്കുന്നു. ഭീതിദ മാംവിധം ഭീകരമായ ചൈനീസ് യാഥാർത്ഥ്യത്തെ വാചാലമായി ത്തന്നെ ചിത്രീകരിക്കുന്ന ഒരു പാരബിൾ ആണ് ഈ കഥാസമാ ഹാരത്തിലെ 'ചൈനീസ് മാർക്കറ്റ്' എന്ന കഥ. ഒരിക്കൽ ചൈന ആയിരുന്നു നമ്മുടെ വിപ്ലവസ്വപ്നങ്ങൾക്ക് ഇന്ധനം നൽകിയിരു ന്നത്. എന്നാൽ ഒരേ സമയംതന്നെ കമ്പോളസമ്പദ്‌വ്യവസ്ഥയു മായും അധിനിവേശ സംസ്കാരവുമായുമുള്ള സംയോഗം ചൈനയെ ഇന്ന് വിചിത്രങ്ങളായ ഭൂമികകളിൽ എത്തിച്ചിരിക്കുന്നു. തിബത്തൻ പ്രശ്നത്തിൽ ചൈന വച്ചുപുലർത്തുന്ന അധീശത്വനി ലപാട്, ടിയാനൻമെൻ കൂട്ടക്കൊല... ഇവയെല്ലാം ലോക കമ്യൂണിസ്റ്റ് പ്രസ്ഥാനത്തിനുതന്നെ ചൈന ഭീഷണി ആയി മാറിയിരിക്കുന്നു എന്നാണ് വ്യക്തമാക്കുന്നത്. ചൈനീസ് അധിനിവേശത്തിന്റെ ദുര ന്തഫലങ്ങൾ ഏറ്റുവാങ്ങിയ ഒരു തിബത്തൻ കഥാപാത്രമുണ്ട് ഈ കഥയിൽ.

“രണ്ടുവർഷക്കാലം തിബത്തിലെ ദ്രപ്ച്ചി ജയിലിൽ തടവുശിക്ഷ അനുഭവിച്ചതാണ്. ദാംചൊ പെൽമൊ, ചൈനീസ് പോലീസ് അറസ്റ്റ് ചെയ്യുമ്പോൾ അവർ ഗർഭിണി ആയിരുന്നു. അതിനുമുമ്പ് അവരുടെ ഭർത്താവിനെ ചൈനീസ് പട്ടാളം വെടിവെച്ചു കൊന്നിരുന്നു. അയാ ളുടെ പേര് സോനം വാങ്ടു.”

ഒരു കാലത്തെ തികഞ്ഞ ചൈനീസ് പക്ഷപാതിയായ ഒരു കമ്യൂ ണിസ്റ്റുകാരനാണ് ആഖ്യാതാവ്. അയാളിന് ഉൽക്കടമായ ആത്മീയ പ്രതിസന്ധിയിലാണ്. മുൻകാലങ്ങളിലെ തന്റെ പ്രത്യയശാസ്ത്രപ രങ്ങളായ കർക്കശതകളും കടുത്ത ഇഷ്ടാനിഷ്ടങ്ങളും തന്റെ മക ളുടെ സർഗ്ഗാത്മക വായനയെപ്പോലും വിപരീതമായി ബാധിച്ചിരു ന്നു. (അവൾ കുട്ടിയായിരുന്നപ്പോൾ അവൾക്ക് അയാൾ പറഞ്ഞു കൊടുത്തിരുന്നത് പീക്കിങ്ങിലെ വിദേശഭാഷാ പ്രസ് പ്രസിദ്ധീക രിച്ചിരുന്ന ചിത്രപുസ്തകങ്ങളിലെ കഥകളായിരുന്നു.)

ഇപ്പോൾ തന്റെ പേരക്കിടാവിന് ആരുടെ കഥ പറഞ്ഞുകൊ ടുക്കും എന്ന പ്രതിസന്ധിയിൽ ആഖ്യാതാവ് എത്തുന്നു.

“കഥകൾക്കു പകരം ഞാൻ കളിപ്പാട്ടങ്ങളെക്കുറിച്ച് കുട്ടിയോട് പറഞ്ഞു...”

ഒടുവിൽ കുട്ടി തന്നെ കളിപ്പാട്ട വിൽപ്പനക്കാരനായ ഒരു തിബത്തൻ അഭയാർത്ഥിയെ കണ്ടെത്തുന്നു.

"ഒരു കളിത്തോക്കാണ് കുട്ടി തിരഞ്ഞെടുത്തത്. ആ തോക്കിന്റെ പേര് ചെയർമാൻ എന്നായിരുന്നു. മെയ്ഡ് ഇൻ ചൈന എന്നും അതിൽ രേഖപ്പെടുത്തിയിരുന്നു."

സഹൃദയനെ ഒരു പ്രതിസന്ധിയിൽ ആഴ്ത്തിക്കൊണ്ട് കഥ അവസാനിക്കുന്നു.

"കുന്നുകളുടെ ജീവിതത്തിൽ നിന്നുതന്നെ' എന്ന കഥയും നിലവിലുള്ള രാഷ്ട്രീയ ക്രമത്തന്റെ ഒരു ഛേദമാണ്.

കഥയിലങ്ങോളമിങ്ങോളം മോസ്കോകുന്ന് ഒരു രൂപകമായി വർത്തിക്കുന്നു. വിപ്ലവപ്രസ്ഥാനത്തിന്റെ ജ്വലിക്കുന്ന ഒരു ഏടിന് ഈ കുന്ന് വർഷങ്ങൾക്കുമുനപ് സാക്ഷ്യം വഹിച്ചിട്ടുണ്ട്. "പുത്തേരിലെ കായൽനിലങ്ങളിൽ കർഷകസമരം നടന്നു. പോലീസുകാരനെ കഠാരകൊണ്ട് കുത്തി ഓടിയകന്ന സഖാവ് കുഞ്ഞികൃഷ്ണനെ കരിമ്പനക്കുന്നിന്റെ നരിമാളത്തിൽനിന്നാണ് അറസ്റ്റ്ചെയ്തത്. അപ്പോഴും കുതറിനിന്ന സഖാവിനെ കരിമ്പനയോട് ചേർത്തുകെട്ടിയാണ് വെടിവെച്ച് കൊന്നത്."

സഖാവ് കുഞ്ഞിക്കൃഷ്ണന്റെ രക്തസാക്ഷിത്വം കരിമ്പനക്കുന്നിനെ മോസ്കോ കുന്നാക്കി. മോസ്കോ കുന്ന് ഇന്ന് പ്രശ്നങ്ങളെ നേരിടുന്നു. പുത്തേരി കായൽനിലം നികത്തി അമ്യൂസ്മെന്റ് പാർക്കും ഹോട്ടൽ കോംപ്ലക്സും നിർമ്മിക്കാനാണ് പ്ലാൻ. അതിനുവേണ്ടി മോസ്കോ കുന്നിടിച്ച് മണ്ണുകൊണ്ട് പോവാൻ കരാറായി.

ഒരിടത്ത് ആഖ്യാതാവ് എഴുതുന്നു: "മോസ്കോ കുന്ന് പാർട്ടിയുടെ വികാരമാണ്." ഒരാഴ്ചയ്ക്കകം തന്നെ മോസ്കോ കുന്നിനെ ലക്ഷ്യമിട്ട് യന്ത്രക്കരങ്ങൾ ഇരമ്പിക്കൊണ്ടുവന്നു.

"യാതൊരു ചെറുത്തുനിൽപ്പും പാർട്ടിയുടെ ഭാഗത്തുനിന്നും ഉണ്ടായില്ല എന്നറിഞ്ഞപ്പോൾ കാര്യമെന്തെന്നറിയാൻ ഞാനും മോസ്കോവിന്റെ താഴ്വരയിൽ ചെന്നു. എന്റെ ചോദ്യത്തിന് യാതൊരു സ്തോഭവുമില്ലാതെ കേശവൻകുട്ടി പ്രതികരിച്ചു. പുത്തേരിക്കാരുടെ കാര്യമാവുമ്പോൾ പാർട്ടിക്ക് അങ്ങനെ ഒഴിവാക്കാൻ പറ്റില്ല. പാർട്ടി ചാനലിന്റെ വലിയ ഷെയർ എടുക്കാമെന്ന് അവർ സമ്മതിച്ചിട്ടുണ്ട്."

മൂലധനത്തിന്റെ കുത്തിയൊലിപ്പിൽ എല്ലാ മൂല്യങ്ങളും കടപുഴകി വീഴുന്നു. ഈ പ്രതിസന്ധിയോടുള്ള ശക്തമായ പ്രതികരണമാണ് സുരേന്ദ്രന്റെ കഥ.

''രവിയുടെ ഇതിഹാസാനന്തരം ജീവിതം' എന്ന കഥ സുരേന്ദ്രന്റെ ഒരു സമീപകാല മാസ്റ്റർപീസാണ്. ഇതിഹാസാനന്തരജീവിതത്തിൽ രവിക്ക് സംഭവിക്കുന്ന രൂപാന്തരങ്ങളെ ആഖ്യാതാവ് സങ്കൽപ്പിച്ചെടുക്കുന്നു.

മതംമാറിയ ശേഷം സുലൈമാൻ എന്നായിരുന്നു രവിയുടെ പേര്. സുലൈമാൻ മൈമൂനയെ പുനർവിവാഹം ചെയ്തു. ഹജ്ജിനു പോയ ദമ്പതികൾ മെക്കയിൽ ഒരു വൻതീപിടുത്തത്തിൽ വെന്തു മരിക്കുന്നു.

അധികം താമസിയാതെ കൂമൻകാവിൽനിന്ന് ഒരു കത്ത് ആഖ്യാതാവിന് ലഭിക്കുന്നു. ഈ കത്ത് രവിയുടെ മതംമാറ്റം ഒരു കള്ളക്കഥയാണെന്നു സ്ഥാപിക്കുന്നു. കത്ത് തുടരുന്നു. “ഖസാക്കിൽ എൻ എസ്എസ് കരയോഗത്തിന്റെ ശാല സ്ഥാപിച്ചത് രവിയേട്ടനാണ്. ഖസാക്കിൽ ആദ്യമായി ആർ.എസ്.എസ്. ശാഖ തുടങ്ങാൻ നേതൃത്വം നൽകിയതും രവിയേട്ടൻ തന്നെയാണ്.”

ഈ കത്ത് ആഖ്യാതാവിന്റെ സംശയം ഇരട്ടിപ്പിക്കുന്നു. രവിയുടെ അച്ഛൻ ഏത് ജാതിയിൽപെട്ട ആളായിരുന്നു? അമ്മയോ? വേറൊരു കത്തുകൂടി വരും എന്ന ഭയം ആഖ്യാതാവിനെ പിടികൂടുന്നു. എന്തായാലും വെള്ളാപ്പള്ളിയുടെ കത്ത് കൈപ്പറ്റുംമുമ്പ് കഥ അവസാനിക്കുന്നു.

ഏതു തരത്തിലുള്ള ലോകമാണ് നാം വരും തലമുറയിലേക്കു കൈമാറുന്നത്? ഈ ചോദ്യം സമ്മാനിക്കുന്ന ഉൽക്കടമായ ഉദ്വിഗ്നതയാണ് പി സുരേന്ദ്രന്റെ കഥാലോകത്തിന്റെ കേന്ദ്രബിന്ദു.

മൃത്യസന്ധികളുമായുള്ള നിരന്തരമായ മൽപിടുത്തം സുരേന്ദ്രന് സമ്മാനിച്ചത് ബോധനവീകരണത്തിന്റെ താക്കോലാണ്. ഈ താക്കോൽ പ്രതീക്ഷയ്ക്കു വക നൽകുന്നു. 'രക്തവിഷാദം' എന്ന കഥയിൽ ഒരിടത്ത് കഥാകൃത്ത് ഇങ്ങനെ സൂചിപ്പിക്കുന്നു.

“ജ്ഞാനികളായ വൃദ്ധന്മാർ മരിക്കുമ്പോൾ ജനതയുടെ കേവലമായ ഉന്മാദം ആരംഭിക്കുന്നു. ഉന്മാദങ്ങളിൽ നിന്നാണ് ദേവാലയങ്ങൾ പിറക്കുന്നത്.”

ഈ നിരീക്ഷണം വളരെ പ്രസക്തമാണ്. ഉന്മാദത്തിന്റെ രാഷ്ട്രീയത്തെ നേരത്തെ നിരാകരിച്ച കഥാകൃത്ത് ഉന്മാദത്തിന്റെ ആത്മീയതയേയും നിരാകരിക്കുന്നു.

സമകാലീനലോകം രണ്ടിനെയും പുൽകുമ്പോൾ അങ്ങനെ ഉന്മാദങ്ങൾ പെരുകുമ്പോൾ, കലയിലും രാഷ്ട്രീയത്തിലും ആത്മീയതയിലും സ്വാതന്ത്ര്യാനുഭവമാണ് കാര്യം എന്നും ജനതയുടെ സർഗ്ഗാത്മക സ്വാതന്ത്ര്യം യാഥാർത്ഥ്യമാക്കുന്ന രാഷ്ട്രീയബോധത്തിന്റെ പേറ്റുനോവിനെയാണ് നാം സ്വപ്നം കാണേണ്ടതെന്നും സുരേന്ദ്രൻ വിശ്വസിക്കുന്നു. 'ചൈനീസ് മാർക്റ്റ്' എന്ന കഥാസമാഹാരം ഈ ദിശയിലേക്കുള്ള കുതിപ്പാണ്.

കഥയിൽ പുതിയ രാഷ്ട്രീയകാലം

ഡോ. പി. ഗീത

പി. സുരേന്ദ്രന്റെ ഏറ്റവും പുതിയ കഥാസമാഹാരമാണ് 'ചൈനീസ് മാർക്കറ്റ്.' പുസ്തകശീർഷകം സൂചിപ്പിക്കുന്നതുപോലെ കേരളത്തിലെ വർത്തമാനകാലത്തേക്കുള്ള ഒരു നോക്കാണ് സമാഹാരത്തിലെ മിക്ക കഥകളും. പുസ്തകം മൂന്നായി വിഭജിക്കപ്പെട്ടിരിക്കുന്നു - സുതലം, സൂക്ഷ്മതലം, സമതലം. സുതലത്തിൽ ഒമ്പതു കഥകൾ. സൂക്ഷ്മതലത്തിൽ എട്ടു കുഞ്ഞിക്കഥകൾ, സമതലത്തിൽ ആത്മകഥാപരമായ രണ്ടെഴുത്തുകൾ.

"ജീവിതത്തിന്റെ ഗിരിശൃംഗങ്ങളെക്കുറിച്ചല്ല; മറിച്ച് അടിവാരത്തെക്കുറിച്ചുള്ള ആകുലതകളിൽനിന്നാണ് സുതലത്തിലെ കഥകൾ പിറന്നതെന്ന് കഥാകൃത്ത് ആമുഖം കുറിക്കുന്നു. സൂചനപോലെതന്നെ ഈ വിഭാഗത്തിലെ കഥകൾ മിക്കതും രാഷ്ട്രീയമായ ആശങ്കകളും നിലപാടുകളും പ്രഖ്യാപിക്കുന്നവയാണ്. ഇടതുപക്ഷ രാഷ്ട്രീയം മലയാള കഥാചരിത്രത്തിനും ഒരടിയൊഴുക്കായിരുന്നു. തകഴിയും ദേവും ചെറുകാടും. അതിനുശേഷം എം. സുകുമാരനും പട്ടത്തുവിളയും. ഇപ്പോഴിതാ അതിന്റെ തുടർച്ചയിൽ പി. സുരേന്ദ്രന്റെ കഥകളും.

ഇടതുപക്ഷതീവ്രവാദം കേരളത്തിനു നൽകിയ പ്രതീക്ഷകളും ആശാഭംഗങ്ങളുമാണ് ചൈനീസ് മാർക്കറ്റ്, കുന്നുകളുടെ ജീവിതത്തിൽനിന്നു തന്നെ, രാജനീതി എന്നിവ. ധർമ്മശാലയിൽനിന്നു തിരിച്ചുവന്നശേഷം മാലതി തുന്നുന്ന കമ്പിളിയുടെ കുഞ്ഞുടുപ്പുകളിലൂടെയാണ് നാം ചൈനീസ് മാർക്കറ്റിലെത്തുക. ഒരുപക്ഷേ, പി. സുരേന്ദ്രന്റെ ആദ്യകാലകഥയായ 'പിരിയൻ ഗോവണി' യിൽനിന്ന് സഖാവ് മൂത്രം വഴുതി വീണത് ഈ ചൈനീസ് മാർക്കറ്റിലേക്ക് തന്നെയല്ലേയെന്ന് ആരു കണ്ടു! ചൈനീസ് മാർക്കറ്റിലെ 'ദാംചൊ പൽമോ' വെറുമൊരു പേരല്ല. 'വിശ്വാസത്തിലെ ചോര

യിറ്റുന്ന മുറിവ്' എന്നാണ് അവളെ വിശേഷിപ്പിക്കുന്നത്. സ്വതന്ത്ര തിബത്തിനുവേണ്ടി ചീനയുമായി ഏറ്റുമുട്ടി മുറിവേറ്റ് ഇന്ത്യയിലെത്തിയവളാണവൾ. 'കമ്മ്യൂണിസ്റ്റുകളും ഭ്രൂണഹത്യ നടത്തു'മെന്നതിന്റെ തെളിവ്. പ്രത്യയശാസ്ത്രങ്ങൾക്കു വയസ്സേറുന്നുവെന്നാണു കഥയുടെ ഭാഷ്യം. എന്നാൽ സ്വാതന്ത്ര്യത്തിനെന്നപോലെ പ്രത്യയശാസ്ത്രങ്ങൾക്കും വയസ്സേറുമോ? അതു കൈകാര്യം ചെയ്യുന്നവരുടെ ജരാനരകൾ തന്നെയല്ലേ പ്രത്യയശാസ്ത്രത്തെ ബാധിക്കുക? ഒരിക്കൽ വസന്തവും വിപ്ലവവും വാഗ്ദാനം ചെയ്ത ചൈന തന്നെയാണ് ഇന്ന് കളിത്തോക്കുകൾ നൽകി നമ്മെ വിഡ്ഢിയാക്കുന്നത്.

കുന്നുകളുടെ ജീവിതത്തിൽനിന്നുതന്നെ എന്ന കഥ ചൈനീസ് മാർക്കറ്റിന്റെ പ്രാദേശികഭാഷ്യമാണ്. കരിമ്പനക്കുന്നുകളിലെ ഓരോ കരിമ്പനകളിലും അഭിമാനത്തോടെ ചെങ്കൊടി പാറിച്ചിരുന്നവർ തന്നെയാണിന്ന് മോസ്കോ കുന്നുകളിൽനിന്നു മണ്ണെടുക്കുന്നതിന് പുത്തേരിക്കാർക്കു കാവലിരിക്കുന്നത്. പുത്തേരിക്കാർ വർഗ്ഗശത്രുക്കളാണ്. എങ്കിലെന്താ? അവർ പാർട്ടി ചാനലിന്റെ വലിയ ഷെയർ ഹോൾഡേഴ്സ് ആണ്. അപ്പോഴവരെ തള്ളിപ്പറയുന്നതെങ്ങനെ? മോസ്കോ കുന്ന് പാർട്ടിയുടെ വികാര'മാണെന്ന് ആവേശംകൊണ്ട എൽ.സി. സെക്രട്ടറി കേശവൻകുട്ടി തന്നെയാണ് മണ്ണെടുക്കുന്നതിന്റെ യൂണിയൻ വിഹിതത്തിനു കൈനീട്ടി കാവലിരിക്കുന്നത്. ഈ വിപര്യയത്തെ കേരളത്തിലെ ഇടതുപക്ഷ രാഷ്ട്രീയത്തിനു നിഷേധിക്കാനാകുമോ?

ഒ.വി. വിജയന്റെ 'ഖസാക്കിന്റെ ഇതിഹാസ'ത്തിന്റെ ആധുനികാനന്തര പാഠഭേദമാണ് സുരേന്ദ്രന്റെ 'രവിയുടെ ഇതിഹാസാനന്തര ജീവിതം'. ആധുനിക മനുഷ്യൻ ആധുനികാനന്തര ജീവിതത്തിൽ എന്തിന്റെയൊക്കെ പ്രതിനിധിയായിത്തീർന്നു? ആധുനികതയിൽ അരാഷ്ട്രീയക്കാരൻ എന്നു സ്വയം വിശേഷിപ്പിച്ച വലതുപക്ഷക്കാരൻ ആധുനികാനന്തരഘട്ടത്തിൽ വർഗ്ഗീയ ഫാസിസത്തിന്റെ ഉപകരണമായി മാറുന്നതെങ്ങനെയെന്ന അന്വേഷണം കൂടിയാകുന്നു ഇക്കഥ. ഇതിഹാസത്തിലെ രവി മരിച്ചിട്ടില്ലെന്ന കണ്ടെത്തലിൽനിന്നാണ് കഥ ആരംഭിക്കുന്നത്. അക്കാദമിക ഗവേഷണങ്ങളെ പരിഹാസത്തോടെയാണ് കഥ നേരിടുന്നത്.

ഉദാ: 1. ബഷീറിനെ വിമർശിക്കുക എന്നാൽ ഇസ്ലാമിനെ വിമർശി

ക്കുന്നതിനു തുല്യം തന്നെയാണ്. ബിൻലാദൻ മരിച്ചിട്ടില്ല എന്ന് ഓർമ്മയിരുന്നാൽ നന്ന്. കേരളത്തിലെ ഏതു യൂണിവേഴ്സിറ്റിയിലൂടെയും ലാദൻ പുറത്തുവന്നേക്കും.

2. എം.ടി.യുടെ നാലുകെട്ടിലെ അപ്പുണ്ണി കുളത്തിലേക്കു വലിച്ചെറിഞ്ഞ അമ്മിണിയേട്ടത്തിയുടെ വളപ്പൊട്ടുകൾ കുളം വറ്റിച്ച് ഈയിടെ ഒരു ഗവേഷകൻ പുറത്തെടുക്കുകയുണ്ടായി.

രവി മതം മാറി സുലൈമാനായി എന്നാണ് ഒരു ഭാഷ്യം. രവി മതം മാറിയെന്നത് ബൗദ്ധന്മാരുടെ കുപ്രചാരണമാണെന്നും രവിയാണ് എൻ.എസ്.എസ്., ആർ.എസ്.എസ് ശാഖകൾ സ്ഥാപിച്ചതെന്നുമാണ് എം. ബാലകൃഷ്ണന്റെ മറുഭാഷ്യം. രവിയുടെ അച്ഛനോ അമ്മയോ നായരാണെന്നതിന് നോവലിൽ തെളിവില്ല. വേറൊരു കത്ത് തന്നെത്തേടി വരുന്നതാണ് കഥാകൃത്തിന്റെ പേടി.

'കോടീശ്വരൻ' വർത്തമാനകേരളത്തിലെ ഞെട്ടിക്കുന്ന ഒരറിവാണ്. 'കുടുംബ ആത്മഹത്യകൾ സെമിനാർ ഹാളുകളിൽ ചർച്ച ചെയ്യപ്പെടുന്ന വിഷയം എന്നതിൽക്കവിഞ്ഞ് നമ്മുടെ തൊട്ടയൽവീട്ടിലും ഒരുപക്ഷേ, നമ്മുടെ വീട്ടിലും സംഭവിക്കാവുന്ന ഒന്നായിത്തീർന്നിരിക്കുന്നു. കുറ്റിപ്പുറത്തെ ഒരു കർഷകകുടുംബം ആത്മഹത്യ ചെയ്തു എന്ന പത്രവാർത്തയിൽനിന്നാണ് ഇക്കഥ രൂപപ്പെട്ടിരിക്കുന്നത്. അമ്മയും അച്ഛനും സഹോദരങ്ങളും മരിച്ചുകഴിഞ്ഞ് ബാക്കിയായ ദിലീപൻ. വിഷം അകത്തു ചെന്നിട്ടും ജീവിതത്തിലേക്ക് തിരിച്ചുവന്നവൻ. കടംവീട്ടി ശേഷിച്ച ചെറിയ കൂരയിലേക്ക് ഏതു രാത്രിയും അവൻ തിരിച്ചെത്തി. ദിലീപൻ കരയുകയും ചിരിക്കുകയും ചെയ്യാത്ത പ്രതിമമനുഷ്യനായി. പരസ്യദല്ലാൾക്കവനെ ആവശ്യമുണ്ട്. നഗരത്തിലെ വലിയൊരു വസ്ത്രവ്യാപാരിക്കുവേണ്ടി അവൻ കണ്ടെടുക്കപ്പെട്ടു. ആ പ്രതിമമനുഷ്യനെ ചിരിപ്പിക്കുകയോ കരയിക്കുകയോ ചലിപ്പിക്കുകയോ ചെയ്യുന്നവർക്ക് ഒരു കോടി രൂപയാണ് സമ്മാനം. "വിധിയാണ് ദിലീപാ, തടുത്താൽ നിൽക്കില്ല ദിലീപാ. ശങ്കരപ്പണിക്കർ ഗണിച്ച ജാതകം പിഴയ്ക്കില്ല ദിലീപാ, നിന്നെ വച്ച് കോടികളുടെ വിനിമയം നടക്കാതെ വയ്യ ദിലീപാ." എന്നാണ് കഥ അവസാനിക്കുന്നത്. അടക്കിപ്പിടിച്ച ചിരിയാണിത്. കരച്ചിലുമാണ്.

'രക്തവിഷാദം' ക്ലിനിക്കൽ ഗൈനക്കോളജിക്കു വായിച്ചെടുക്കാനും ന്യായീകരിക്കാനും ബുദ്ധിമുട്ടുണ്ടാകും. എം.ടി. വാസുദേ

വൻനായരുടെ വാനപ്രസ്ഥത്തെ രാഷ്ട്രീയമായി മറിച്ചിടലാണത്. വാർദ്ധക്യത്തിലും കാമുകി കന്യാരക്തമായി തന്റെ പ്രണയം കാത്തു സൂക്ഷിച്ച കഥ. കന്യകാത്വം പ്രണയം എന്നിവയെത്തന്നെ തിരുത്താനുള്ള ശ്രമം. ഭൂമിയുടെ ചർമ്മമല്ല മണ്ണിന്റെ പ്രായം. കുഴിച്ചു ചെല്ലുമ്പോഴാണ് ഉറവ വറ്റാത്ത വെള്ളത്തിന്റെ ഒഴുക്കു കണ്ടെത്താനാവുക. പ്രത്യയശാസ്ത്രവും സ്വാതന്ത്ര്യവും വിപ്ലവവും ഇങ്ങനെ തന്നെയല്ലേ? ഇനിയും കുഴിച്ചുകുഴിച്ചു ചെന്നാൽ അവയുടെ യുവത നമുക്കനുഭവിക്കാറാകുമെന്ന പ്രതീക്ഷ. അതിനുപക്ഷേ കഴിവും ക്ഷമയും സ്നേഹവും ഇനിയുമെത്രയോ നമുക്കു വേണംതാനും.

മേതിലിന്റെ ഉടൽ ഒരു ചൂഴ്നിലയെ ഓർമ്മിപ്പിക്കുന്ന കഥയാണ് ഈ സമാഹാരത്തിലെ 'ഉടലിലൂടെ.' ഉടൽ ചതിച്ച കള്ളന്റെ കഥ. ബാഹ്യമായ സാഹചര്യങ്ങൾ മാറിയെങ്കിലും മേതിൽ പ്രസ്തുത കഥയിലൂടെ അവതരിപ്പിച്ച ദർശനമാണ് പി.സുരേന്ദ്രന്റെ ഉടലിലൂടെയും പങ്കുപറ്റുന്നത്. എന്തൊക്കെ പുതുമകളുണ്ടാകാമെങ്കിലും ഇക്കഥയിലെ കള്ളന് ജാമ്യമനുവദിക്കുക ഒരു സ്ത്രീവായനയ്ക്കു സാദ്ധ്യമല്ലതന്നെ.

സൂക്ഷ്മതലത്തിലെ കുഞ്ഞിക്കഥകൾ വിലാസം, ഭ്രാന്തൻകയറ്റം, ഭ്രാന്തൻ ഇറക്കം, കാഴ്ചവെട്ടം, ഭാഷ. ആകൃതി, ഒളിച്ചുകളി, ജലവിയോഗം എന്നിവയാണ്. പ്രണയം, ദാരിദ്ര്യം, കാമം എന്നിങ്ങനെ പല അവസ്ഥകളിലൂടെയും ഇവ കടന്നുപോകുന്നു.

സമതലത്തിലെ ആത്മഗാഥ 1981ൽ എഴുതപ്പെട്ടതാണ്. ഒരു സാനിറ്റോറിയത്തിലെ അനുഭവങ്ങളെ ഭാവന ചെയ്യുന്ന ആത്മഗാഥയിൽ രോഗം ഒരു മെറ്റഫറാണ്. 'ജ്വരബാധ'യിൽനിന്നു വ്യത്യസ്തമായ ഒരു പ്രതലത്തിലാണ് ഇക്കഥ. ഉച്ഛൃംഖലമായ പുരുഷകാമത്തിന്റെ അനിയന്ത്രിതമായ ഈ ഒഴുക്കുകൾ പക്ഷേ, 'ഒരു യാത്രയുടെ കഥ'യെന്ന നേരനുഭവത്തിൽ നമുക്കു കാണില്ല. 'സുജാതയോട് ഞാനൊന്നും തെളിച്ചുപറഞ്ഞിരുന്നില്ല. ഏതോ ആപത്തിനെ നേരിടാൻ പോകുന്നുവെന്ന തോന്നലുണ്ടവൾക്ക്. ആ കണ്ണീര് കാണാൻ ത്രാണിയില്ലാതെ ഞാൻ ക്ഷോഭിച്ചു.' സ്നേഹത്തിന്റെ കരുതലും നിസ്സഹായതയും നിറഞ്ഞ വാക്കുകളാണിവ. സ്നേഹത്തിന്റെയും രോഗത്തിന്റെയും നിസ്സഹായത. വിശ്വാസമാണ് എപ്പോഴും പ്രശ്നം. എന്നാൽ ഈ ആത്മകഥാംശത്തിൽ മനുഷ്യസ്നേഹം തന്നെയാണ് വിശ്വാസമെന്ന കണ്ടെത്തലുണ്ട്.

സമകാലിക കഥകളിൽനിന്നു വ്യത്യസ്തമായി രാഷ്ട്രീയവിശ്വാസത്തിന്റെയും രാഷ്ട്രീയഅവിശ്വാസത്തിന്റെയും അടിയൊഴുക്കുകൾ ഈ സമാഹാരത്തിലെ മിക്ക കഥകൾക്കുമുണ്ട്. ഇന്ത്യയിലെ അതിർത്തിയിലെ ദലൈലാമ തൊട്ട് കേരളത്തിലെ ചിറക്കര ഉത്സവത്തിനു കളിക്കോപ്പുണ്ടാക്കുന്ന ആശാരിക്കുവരെ ഇക്കഥകളുടെ സ്ഥലരാശിയിൽ സ്ഥാനമുണ്ട്. വളരെ വിശാലമായ ഒരു ലാൻഡ്സ്കേപ്പ്. വ്യത്യസ്തമായ കാലങ്ങൾ. വിവിധയിനം മനുഷ്യർ. ഇവയെ രാഷ്ട്രീയമായി ഉൾക്കൊള്ളുന്നതിലെ ആത്മാർത്ഥതയും സത്യസന്ധതയുമാണ് 'ചൈനീസ് മാർക്കറ്റ്' എന്ന കഥാസമാഹാരത്തിന്റെ തനിമയും വ്യത്യസ്തതയും പുതുമയും.

ഉള്ളടക്കം

ഭാഗം ഒന്ന്

സുതലം

ഭാഗം രണ്ട്

സൂക്ഷ്മതലം

ഭാഗം മൂന്ന്

സമതലം

സുതലം

ജീവിതത്തിന്റെ ഗിരിശൃംഗങ്ങളെക്കുറിച്ചല്ല; മറിച്ച്, അടിവാരത്തെക്കുറിച്ചുള്ള ആകുലതകളിൽനിന്നാണ് ഈ കഥകൾ പിറന്നത്. ജ്വരബാധതൊട്ടുള്ള എന്റെ കഥകളിലെ രാജനൈതികമായ കാഴ്ചപ്പാടുകളെ തുടർച്ചയോ വികാസമോ ആണ് ഈ രചനകളിൽ പലതും. രാജനൈതികമായ ഊന്നലുകളിലെ സന്ദേഹമില്ലായ്മ ഭാഷയുടെയും ആവിഷ്ക്കാരത്തിന്റെയും ഘടനയെ സുതാര്യമാക്കും എന്ന തിരിച്ചറിവാണ് ഈ കഥകളെ ലളിതസമവാക്യങ്ങളാക്കി മാറ്റുന്നത് എന്നും പറയാം.

ചൈനീസ് മാർക്കറ്റ്

ധർമ്മശാലയിൽനിന്ന് മടങ്ങിവന്നതിൽപിന്നെ കമ്പിളിയുടുപ്പ് നെയ്യലാണ് മാലതിയുടെ ഇഷ്ടവിനോദം. അതിനുള്ള എല്ലാ സാമഗ്രികളും അവൾ കൊണ്ടുവന്നിരുന്നു. ചെറിയ ചെറിയ കമ്പിളിയുടുപ്പുകളാണ് അവൾ നെയ്തുണ്ടാക്കുന്നത്. വാർധക്യത്തിലേക്ക് പ്രവേശിച്ചുകഴിഞ്ഞ ഞങ്ങളുടെ ജീവിതത്തിൽ അവയ്ക്കെന്ത് പ്രസക്തി എന്ന് ഞാൻ ആലോചിക്കാറുണ്ട്. വലിയ കമ്പിളിക്കുപ്പായങ്ങൾതന്നെ എന്തിന് എന്ന് ചോദിക്കാവുന്നതാണ്. മകരത്തിലും മഞ്ഞൊഴിഞ്ഞ ദേശമായിക്കഴിഞ്ഞിരിക്കുന്നു ഞങ്ങളുടെ താഴ്വര. കമ്പിളിപ്പുതപ്പന്വേഷിക്കുന്ന ഞാറ്റുവേലകളുമില്ല.

ആ ജോലിയിൽനിന്ന് അവളെ പിന്തിരിപ്പിക്കാനൊന്നും ഞാൻ തുനിയില്ല. എന്തെങ്കിലും ഒക്കെ ആഹ്ലാദവും ആശ്വാസവും കണ്ടെത്തിയല്ലേ പറ്റൂ മനുഷ്യർക്ക്? വാർധക്യത്തിന്റെ മടുപ്പ്.അവനവനിലേക്കുതന്നെയുള്ള പിൻവാങ്ങൽ. പരസ്പരം മുഖം നോക്കിയിരുന്ന് എത്ര കാലം കടന്നുപോകും? വിനിമയത്തിനായി ഞങ്ങൾക്കിടയിൽ പൊതുവിഷയങ്ങൾ ഏറെയില്ല. അകത്തേക്കും പുറത്തേക്കുമുള്ള ഞങ്ങളുടെ നോട്ടങ്ങളും സമീപനങ്ങളും ഏറെ വ്യത്യസ്തം.

നെയ്തുകഴിഞ്ഞ കമ്പിളിക്കുപ്പായങ്ങളെക്കുറിച്ച് ഞാൻ അഭിപ്രായം പറയണമെന്ന് മാലതിക്ക് നിർബന്ധമാണ്. ഇന്നലെ മഞ്ഞനിറമുള്ള ഒരു കമ്പിളിയുടുപ്പ് എന്നെ കാണിക്കുമ്പോൾ അവൾ പറഞ്ഞു:

‘നമുക്ക് ഒരു കത്തയച്ചാലോ?’

‘ആർക്ക്?’

‘എന്നെ നെയ്യാൻ പഠിപ്പിച്ച ആ തിബത്തുകാരിയില്ലേ? ആ പേര് ഓർക്കാൻ പറ്റ്ണ്ല്യാ.’

'ദാംചോ പെൽമൊ' പെട്ടെന്ന് ഞാൻ പറഞ്ഞു.

പക്ഷേ, അവർക്ക് തിബത്തൻ ഭാഷയല്ലാതെ മറ്റൊന്നും എഴുതാനും വായിക്കാനും അറിഞ്ഞുകൂടല്ലോ. എനിക്കവരുടെ മുഖം മറക്കാൻ വയ്യ. കരയുംപോലെ ചിരിക്കുന്ന ദാംചൊ പെൽമൊ. കൻഗ്രാ താഴ്‌വരയുടെ എല്ലാ മനോഹാരിതയ്ക്കും മുകളിൽ സങ്കടങ്ങളാൽ വിണ്ടുകീറിയ ശിലാകൂടംപലെ ഒരു മുഖം.

'എത്ര പെട്ടെന്നാണ് അച്ഛന് അവരുടെ പേര് കാണാപാഠമായത്. ഞങ്ങൾക്കുപോലും ഓർക്കാൻ പ്രയാസം.' എന്റെ മകൾ പറഞ്ഞിരുന്നു.

അത് കേവലമൊരു പേരല്ലെന്ന്, എന്റെ വിശ്വാസത്തിലെ ചോരയിറ്റുന്ന മുറിവാണെന്ന് ആർക്ക് മനസ്സിലാവും? ജോഗിബാരിയിൽ എന്റെ മകളുടെ വാടകവീടിനടുത്തായിരുന്നു ദാംചൊ പെൽമൊ താമസിച്ചിരുന്നത്. ആ സ്ത്രീ ഒറ്റയ്ക്കായിരുന്നു. ആ ഏകാന്തതയുടെ കാരണം അന്വേഷിച്ചുവന്നപ്പോൾ അറിഞ്ഞ സത്യങ്ങളൊക്കെയും എന്നെ നായാടുന്നു.

പ്രത്യയശാസ്ത്രത്തിന്റെ ചോരത്തടങ്ങളിൽ ഡ്രാഗണുകൾ പുളയ്ക്കുന്നു.മൊമൊ ഉണ്ടാക്കി മെക്‌ലോഡ്ഗഞ്ചിലെ തെരുവുകളിൽ വില്ക്കലായിരുന്നു അവരുടെ ജോലി. ഹിമാചൽപ്രദേശിലെ ആ ടൗൺഷിപ്പ് കൊച്ചു തിബത്താണ്; പ്രവാസി ഗവൺമെന്റിന്റെ ആസ്ഥാനം. വീട്ടിലിരിക്കുന്ന നേരത്തൊക്കെ ദാംചൊ പെൽമോ കമ്പിളിക്കുപ്പായം നെയ്യും. തിബത്തിലെ നൊമാഡുകൾക്കൊപ്പം യാത്ര ചെയ്ത്, മഞ്ഞുമലകൾ താണ്ടി അവർ ഇന്ത്യയിലെത്തി. ദലൈലാമയുടെ ചിറകിനുകീഴിൽ അഭയം തേടി.

രണ്ടു വർഷക്കാലം തിബത്തിലെ ദ്രാവ്ച്ചി ജയിലിൽ തടവുശിക്ഷ അനുഭവിച്ചതാണ് ദാംചൊ പെൽമൊ. ചൈനീസ് പോലീസ് അറസ്റ്റ് ചെയ്യുമ്പോൾ അവർ ഗർഭിണിയായിരുന്നു. അതിനുമുൻപ് അവരുടെ ഭർത്താവിനെ ചൈനീസ് പട്ടാളം വെടിവെച്ചുകൊന്നിരുന്നു. അയാളുടെ പേര് സോനം വാങ്ടു. സ്വതന്ത്രതിബത്തിനുവേണ്ടിയുള്ള പ്രക്ഷോഭസമരങ്ങളിൽ പങ്കെടുത്തിരുന്നു അയാൾ. ജയിലിലെ ക്രൂരമായ മർദ്ദനത്തിൽ ദാംചൊ പെൽമോവിന്റെ ഗർഭം അലസിപ്പോയി. അതേപ്പറ്റി പറയവേ മകളുടെ ഭർത്താവ് ചന്ദ്രൻ ചോദിച്ചതോർക്കുന്നു:

'കമ്മ്യൂണിസ്റ്റുകളും ഭ്രൂണഹത്യ നടത്തും അല്ലേ അച്ഛാ?'

ഏട്ടൻ അങ്ങനെയൊന്നും ചോദിക്കരുത്. അച്ഛന് വിഷമമാവും എന്ന് മകൾ അടക്കി പറഞ്ഞു.

തികഞ്ഞ ചൈനീസ് പക്ഷപാതിയായ കമ്മ്യൂണിസ്റ്റുകാരനായിട്ടാണല്ലോ കുട്ടിക്കാലം തൊട്ടേ അവൾ അച്ഛനെ അറിഞ്ഞത്. കാര്യങ്ങളൊക്കെ ഗ്രഹിക്കാറായ പ്രായത്തിൽ ചൈനീസ് കമ്മ്യൂണിസ്റ്റ് പാർട്ടിയുടെ ലഘുലേഖകളും പുസ്തകങ്ങളുമായിരുന്നു വീട്ടിൽ നിറയെ. രാജിയെന്ന ആ മകളിപ്പോൾ അമ്മയായി.

പ്രത്യയശാസ്ത്രത്തിന് വയസ്സേറുന്നു.

വിശ്വാസങ്ങൾക്കും!

ഞാനോ പെൻഷൻപറ്റിയ എൻ.ജി.ഒ.

വാഗ്ദത്ത ഭൂമികളിൽ ഇപ്പോൾ ഈറ്റില്ലങ്ങൾക്കു പകരം ഭ്രൂണഹത്യയുടെ നിലവിളികൾ ഉയരുന്ന അകത്തളങ്ങൾ.

ദാംചൊ പെൽമോവിനെ പരിചയപ്പെട്ടതുകൊണ്ടായിരുന്നോ എത്രയും പെട്ടെന്ന് ഹിമാചലിൽനിന്ന് മടങ്ങിവരാൻ തോന്നിയത്. ഒരു ഋതുചക്രം പൂർത്തിയാവുംവരെയെങ്കിലും ഹിമാചൽപ്രദേശിൽ ചെലവഴിക്കാനാണ് ചന്ദ്രൻ ഞങ്ങളെ ക്ഷണിച്ചത്. അവിടെ ടയർ റീട്രേഡിംഗ് ബിസിനസ്സ് നടത്തുന്ന അയാൾ നല്ലൊരു വീട് വാടകയ്ക്കെടുത്തപ്പോൾ മുതൽ ക്ഷണിക്കാൻ തുടങ്ങിയതാണ്. ഒരേയൊരു മകൾ മാത്രമുള്ള എനിക്കും മാലതിക്കും വിട്ടുപോകാൻ പറ്റാത്ത ബാധ്യതകളും ഇല്ലായിരുന്നു. ഞാൻ മടങ്ങാൻ തീരുമാനിച്ചാലും മാലതി അവിടെ നിന്നേക്കും എന്നു കരുതി.

'പോവാം നമുക്ക്.'

രണ്ടുമാസം കഴിഞ്ഞപ്പോൾ അവളും പറഞ്ഞു.

ചന്ദ്രൻ പരിഭവിച്ചു.

'നോക്കാൻ ആളെ ഏല്പിച്ചാലും ആൾപ്പാർപ്പില്ലാത്ത വീട് ശൂന്യം പിടിക്കില്ലേ ചന്ദ്രാ?'

അമ്മമ്മയുടെ സാരിയിൽ തൂങ്ങി ഗോകുൽ വാശിപിടിച്ചു കരഞ്ഞത് മാത്രമാണ് മാലതിയെ വേദനിപ്പിച്ചത്. ഒരു മഞ്ഞുകാലം കൂടി കഴിഞ്ഞാൽ അവനെ സ്കൂളിൽ വിടേണ്ടതാണ്. കുഞ്ഞിലേ ഉണ്ടായ ദീനങ്ങൾ കാരണമാണ് ഇത്രയും വൈകിയത്.

'ഗോകുലിനെ നമുക്ക് കൊണ്ടായയാലോ? ചിറക്കരയിലെ ഉത്സവം കാണിച്ചുകൊടുക്കാലോ കുട്ടിക്ക്. സ്കൂളിൽ ചേർത്താപ്പിന്നെ അതൊന്നും ഇണ്ടാവില്യല്ലോ. ഓണത്തിന് രാജിയും ചന്ദ്രനും വരി

ല്ലേ. അതുവരെ കുട്ടി നമ്മുടെകൂടെ നിൽക്കട്ടെ.'

ശരിയെന്ന് ഞാനും സമ്മതിച്ചു.

അമ്മയിൽനിന്ന് അമ്മമ്മയിലേക്ക് അടുക്കാനും കുട്ടികൾ ശീലിക്കണമല്ലോ.

കഥകളെത്ര കേട്ടാലും മതിവരാത്ത കുട്ടിയായിരുന്നു ഗോകുൽ.

നാട്ടിൽ വന്നപ്പോൾ അയൽപക്കത്തെ കുട്ടികളുമായി കളിച്ചുനടക്കാൻ അവന് ഇഷ്ടമായിരുന്നില്ല. മുത്തശ്ശനേയും അമ്മമ്മയേയും ചുറ്റിപറ്റി നിൽക്കാനായിരുന്നു കുട്ടിക്കിഷ്ടം. കഥകൾ മാത്രമായിരുന്നു അവന്റെ കളിസ്ഥലങ്ങൾ. കഥയ്ക്കായി വാശിപിടിക്കുമ്പോൾ മാലതി അവനെ എന്റെ അരികിലേക്ക് തള്ളിവിടും.

കുട്ടികൾക്ക് പ്രിയപ്പെട്ട കഥകളുടെ പേടകങ്ങളുടെ താക്കോൽ ഒരിക്കലും അന്വേഷിക്കാൻ ശ്രമിക്കാത്തവനായിരുന്നു ഞാൻ. യുക്തിയിലൂടെ മാത്രം മുന്നോട്ടുപോവുന്ന വഴിയിലായിരുന്നല്ലോ എന്റെ യാത്ര. അവിടെ കഥകളെ കണ്ടുമുട്ടിയതേയില്ല. വരണ്ട പ്രത്യയശാസ്ത്ര വിചാരങ്ങളേ ഉണ്ടായിരുന്നുള്ളൂ. ഇതിഹാസങ്ങളും പുരാണങ്ങളും ഒരിക്കലുമെന്റെ വായനയിലേക്ക് കടന്നുവന്നതുമില്ല.

രാജി കുട്ടിയായിരുന്നപ്പോൾ ഞാനവൾക്ക് പറഞ്ഞുകൊടുത്തിരുന്നത് പീക്കിങ്ങിലെ വിദേശ ഭാഷാപ്രസ് പ്രസിദ്ധീകരിച്ചിരുന്ന ചിത്രപുസ്തകങ്ങളിലെ കഥകളായിരുന്നു. അവയെ കേവലം കഥകളെന്ന് വിശേഷിപ്പിക്കാനാവില്ല. ഒക്കെയും ചരിത്രസംഭവങ്ങൾതന്നെയായിരുന്നു.

ചെന്നായ്പ്പുല്ല് മലയിലെ അഞ്ച് വീരനായകർ കുട്ടികളായ തീരസേനാ അംഗങ്ങൾ ലിയു-വെൻഹുസു എന്ന ബാലന്റെ രക്തസാക്ഷിത്വം വഹിക്കുംവരെയുള്ള പോരാട്ടങ്ങൾ.

ആ കഥയിലൊന്നും അയുക്തികതയോ കേവലഭാവനയുടെ ഭ്രമാത്മകതയോ ഉണ്ടായിരുന്നില്ല. ഒക്കെയും ചെയർമാൻ മാവോവിന്റെ ജനകീയസേന നേടിയ ചരിത്രവിജയങ്ങളുടെ അപദാനങ്ങളായിരുന്നു.

ഗോകുലിനുവേണ്ടിയും ആ കഥകൾ പറഞ്ഞുകൊടുക്കാനായി പുസ്തകങ്ങൾ തെരഞ്ഞുകൊണ്ടിരിക്കവെയാണ് ആ ലഘുലേഖ കാൽക്കീഴിൽ വന്നുവീണത്: ഇന്ത്യൻ ചക്രവാളത്തിൽ വസന്തത്തിന്റെ ഇടിമുഴക്കം.

നക്സൽബാരിയിലെ സായുധവിപ്ലവത്തോട് ഐക്യദാർഢ്യം

പ്രഖ്യാപിച്ചുകൊണ്ട് പീക്കിങ് റേഡിയോ നടത്തിയ പ്രഭാഷണം.

അന്നേരം ഓർമ്മകൾ തള്ളിക്കയറിവരുന്നു.

കഥകൾ മറക്കുന്നു.

എന്റെ മുൻപിൽ ചരിത്രം മാത്രം വെറുങ്ങലിച്ചുനിൽക്കുന്നു.

സായുധവിപ്ലവത്തിലൂടെ വിമോചിക്കപ്പെടുന്ന മഹാഭാരതത്തെക്കുറിച്ചുള്ള സ്വപ്നം പേറിനടന്ന യൗവനത്തിന്റെ കുതിപ്പുകളാണ് ഓർമ്മകളിൽനിറയെ.

കോൾനിലങ്ങളിലെ തൊഴിലാളികളെ സംഘടിപ്പിക്കാൻ കണ്ണൂരിൽനിന്നുവന്ന കുഞ്ഞിക്കണ്ണേട്ടനാണ് ആ ലഘുലേഖ എനിക്കു തന്നത് എന്ന് വ്യക്തമായി ഓർക്കുന്നു. ചെയർമാൻ മാവോവിന്റെ പുസ്തകങ്ങൾ തന്നതും അദ്ദേഹം തന്നെയായിരുന്നു.

അന്ന് മനസ്സുനിറയെ ചൈനയെക്കുറിച്ചുള്ള സംശയങ്ങളായിരുന്നു. ഏത് അളവുവരെ ആ രാജ്യം നമ്മുടെ വിപ്ലവകാരികളെ സഹായിക്കും? ലഘുലേഖകളും പുസ്തകങ്ങളും മാത്രം മതിയാവില്ലല്ലോ വിപ്ലവത്തിന്.

കുഞ്ഞിക്കണ്ണേട്ടൻ പറഞ്ഞു:

'പെറ്റി ബൂർഷ്വാ മനസ്സിന്റെ സംശയങ്ങൾതന്നെയാണ് നിങ്ങളുടേതും. കുറച്ചുകൂടി കാത്തിരുന്നേ പറ്റൂ. ഇന്ത്യയിൽ ഒരുപാട് നക്സൽബാരികൾ സംഭവിക്കാനിരിക്കുന്നു. പൂർണവിപ്ലവത്തിന് സമയമാവുമ്പോൾ ചൈന നമുക്ക് ആയുധങ്ങൾ തരും. ചെയർമാൻ മാവോവിന്റെ ചുവപ്പൻസേന നമ്മുടെ വിപ്ലവകാരികളെ പരിശീലിപ്പിക്കുകയും ചെയ്യും. ചൈനയുടെ സഹായത്തോടെ നാം ഇന്ത്യയിൽ സായുധവിപ്ലവം നടത്തും.

എല്ലാ വിമോചനസ്വപ്നങ്ങളും പൊലിഞ്ഞല്ലോ. പുസ്തങ്ങളും ലഘുലേഖകളും മാത്രം ബാക്കി. പുട്ടപർത്തിയിലെ സായീസന്നിധിയിൽവെച്ചാണ് കുഞ്ഞിക്കണ്ണേട്ടൻ ഹൃദയാഘാതം വന്ന് മരിച്ചത്.

വിലകുറഞ്ഞ പേപ്പറിൽ അച്ചടിച്ച ആ ലഘുലേഖ പൊടിയാൻ തുടങ്ങിയിരുന്നു. അതെന്റെ കൈയിലിരുന്ന് വിറകൊണ്ടു.

അന്നേരം ഞാൻ ദാംചൊ പെൽമൊവിനെ ഓർത്തു.

ഗോകുലിന് ഞാൻ ആരുടെ കഥയാണ് പറഞ്ഞുകൊടുക്കേണ്ടത്?

കഥകൾക്കുപകരം ഞാൻ കളിപ്പാട്ടങ്ങളെക്കുറിച്ച് കുട്ടിയോട് പറഞ്ഞു. ചിറക്കരയിലെ ഉത്സവപ്പറമ്പിൽ നിരത്തിവെക്കാറുള്ള പല

തരം കളിപ്പാട്ടങ്ങൾ. എന്റെ ഓർമ്മയിലെ പഴയ കളിപ്പാട്ടങ്ങളെക്കുറിച്ചാണ് ഞാൻ പറഞ്ഞത്. തട്ടകത്തെ ആശാരിയും മൂശാരിയും കരുവാനും ഉണ്ടാക്കിക്കൊണ്ടുവന്നിരുന്നവ. അവയ്ക്ക് വൈദ്യുതി ആവശ്യമില്ലായിരുന്നു. ചലനത്തിന്റെ ക്രമത്തിലൂടെ പാവകൾ ഉണരുകയും കൈകൊട്ടുകയും ചെയ്തിരുന്നു.

ചിറക്കരയിലെ ഉത്സവപ്പറമ്പിലേക്ക് ഞാൻ പോയിട്ട് വർഷമേറെയായി. വിരലിൽ തൂങ്ങാൻ കുട്ടികൾ ഇല്ലെങ്കിൽ വലിയവർക്ക് വേലയും പൂരവും എന്തിന്?

രാജി കുട്ടിയായിരിക്കുമ്പോൾ മുടങ്ങാതെ ഉത്സവത്തിന് പോയിരുന്നു.

കളിപ്പാട്ടങ്ങളെ നിരൂപിച്ച് ഗോകുൽ കഥകൾ മറന്നു.

ചിറക്കരയിലെ ഉത്സവത്തിന് അവനെ കൊണ്ടുപോകുമ്പോൾ എനിക്കുള്ളിൽ പഴയ ഓർമ്മകൾ മാത്രം. രാജിയുടെ കൈയുംപിടിച്ച് നടക്കുന്ന അച്ഛനായിരുന്നു അപ്പോഴും ഞാൻ.

ആൾക്കൂട്ടത്തിലൂടെ നീങ്ങുമ്പോൾ ഞാൻ വഴിയരികിലൊക്കെ അന്വേഷിച്ചത് പഴയ കളിപ്പാട്ടവില്പനക്കാരെയാണ്.

ഉത്സവപ്പറമ്പിൽ എങ്ങും അലഞ്ഞുകഴിഞ്ഞപ്പോഴാണ് ആ കളിപ്പാട്ടവില്പനക്കാരനെ ഞാൻ കണ്ടെത്തിയത്. അയാൾ പെരുമണ്ണൂരിലെ ആശാരി. മരംകൊണ്ട് ബസ്സിന്റേയും ജീപ്പിന്റെയും മോഡലുകൾ ഉണ്ടാക്കിവെച്ചിരുന്നു അയാൾ. കൂട്ടത്തിൽ യോദ്ധാക്കളായ പാവകളും. അയാൾക്കിപ്പോൾ വയസ്സായി. രാജി കുട്ടിയായിരുന്നപ്പോഴും അയാൾ ചിറക്കരയിൽ വന്നിരുന്നു. ആ ബസ്സും ജീപ്പും രാജിക്ക് വളരെ ഇഷ്ടമായിരുന്നു.

ഞാൻ ഗോകുലിനെയുംകൊണ്ട് ആശാരിക്കരികിലെത്തി. ഗോകുലാവട്ടെ മറ്റൊരു ദിക്കിലേക്ക് കൈചൂണ്ടി വാശിപിടിക്കാൻ തുടങ്ങി.

അവിടെ മറ്റൊരു കളിപ്പാട്ടവിൽപ്പനക്കാരനെ കുട്ടി കണ്ടെത്തിയിരുന്നു.

'അവിടന്ന് മേടിച്ചാ മതി മുത്തശ്ശാ.'

അവിടെ, ചുവന്ന പരവതാനിയിൽ നിറയെ കളിപ്പാട്ടങ്ങൾ നിരത്തിവെച്ച് ഒരു ചെറുപ്പക്കാരൻ നിന്നു. മഞ്ഞ മുഖമുള്ളവൻ. ഇറുകിയ ജീൻസായിരുന്നു വേഷം. ഷർട്ട് ധരിച്ചിരുന്നില്ല. പന്നിവാൽമുടി റബ്ബർ വളയംകൊണ്ട് കെട്ടിവെച്ചിരുന്നു. ശരീരം മുഴുവൻ പച്ചകു

ത്തിയ ഡ്രാഗൻ ചിത്രങ്ങൾ. അപരിചിതമായ ഏതോ ഭാഷയിൽ ഉറക്കെ വിളിച്ചുപറഞ്ഞ് അവൻ കളിപ്പാട്ടങ്ങൾ കൈയിലെടുത്ത് പ്രദർശിപ്പിച്ചു. അവയിൽനിന്ന് കാതടപ്പിക്കുന്ന പലമാതിരി ശബ്ദ ങ്ങൾ പുറപ്പെട്ടിരുന്നു. ആ ശബ്ദങ്ങളിലേക്കാണ് ഗോകുൽ ആകർഷിക്കപ്പെട്ടത്.

കുട്ടി വാശിപിടിച്ചാൽ മുത്തച്ഛൻ തോല്ക്കുകയേ ഉള്ളൂ.

ഒരു കളിത്തോക്കാണ് കുട്ടി തിരഞ്ഞെടുത്തത്. ആ തോക്കിന്റെ പേര് ചെയർമാൻ എന്നായിരുന്നു. മെയ്ഡ് ഇൻ ചൈന എന്നും അതിൽ രേഖപ്പെടുത്തിയിരുന്നു.

(2001)

കുന്നുകളുടെ ജീവിതത്തിൽനിന്നുതന്നെ

കുന്നുകൾ പലതും കയറിയിറങ്ങി എന്റെ കവിമിത്രം എഴുതിയ ലേഖനം എനിക്ക് വായിക്കാൻ കിട്ടി. ഞാൻ കണ്ടിട്ടില്ലാത്ത കുന്നുകളെക്കുറിച്ച് ആ ലേഖനം എന്നോട് സംസാരിച്ചു. അവയുടെ ഉയരങ്ങളൊക്കെയും എന്നെ മോഹിപ്പിച്ചു.

കുന്നുകൾ ഏകാന്തതയുടെ ധ്യാനസാരങ്ങളാണ്. നടന്നു തീർക്കേണ്ട ഓരങ്ങളെ അവ ഓർമ്മിപ്പിക്കും.

എനിക്കിഷ്ടം ഒറ്റയാൻകുന്നുകളെയാണ്. മലകളുടെ കണ്ണിയാവാൻ വിസമ്മതിച്ച് വയലുകൾക്കു നടുവിലോ നദീതീരത്തോ ഉള്ള നില്പ് തഥാഗതനെപ്പോലെ. അത്തരം ഒരു കുന്നിന്റെ മസ്തകത്തിലേക്ക് മാത്രമേ ജ്ഞാനിയായ ഭ്രാന്തൻ കല്ലുരുട്ടിക്കയറ്റൂ.

കുന്നിൽ കയറി നിന്നാണ് നദികളെ കാണേണ്ടത്. കാറ്റിന്റെ മുഴക്കത്തിൽ കുടുങ്ങിപ്പോയ അവയുടെ കരച്ചിൽ ശരിക്കും കേൾക്കാം. നിളയുടെ കരച്ചിൽ എന്റെ കവിമിത്രം എത്രമാത്രം കേട്ടുകാണണം. നിളയിലേക്ക് കാഴ്ച തുറക്കുന്ന കുന്നുകളെല്ലാം അയാൾ കയറിയിറങ്ങിയിട്ടുണ്ട്.

മറ്റൊരുദിവസം ആ ലേഖനം ഒരാവർത്തികൂടെ വായിക്കാനായി ഉമ്മറത്തെ ചാരുകസേരയിൽ ഇരിക്കുമ്പോഴാണ് ഒരുസംഘം ആളുകൾ പടിപ്പുര കയറിവന്നത്. അവരിൽ ചിലർ ചുമട്ടുതൊഴിലാളി യൂണിയന്റെ അടയാളവസ്ത്രം ധരിച്ചവർ. മറ്റുള്ളവർ വെളുത്ത വസ്ത്രം അണിഞ്ഞവരും. ആ വെളുപ്പിൽ എമ്പാടും മണ്ണിന്റെ കറ പുരണ്ടിരുന്നു. അവരുടെ കൂട്ടത്തിൽ കേശവൻകുട്ടിയെ മാത്രമേ എനിക്കറിയൂ. അയാൾ പാർട്ടിയുടെ എൽ.സി. സെക്രട്ടറിയാണ്. കരിമ്പനക്കൽ അങ്ങാടിയിൽ വെച്ച് കാണുമ്പോഴൊക്കെ അവി

ടത്തെ ഏറ്റവും ഉയരമുള്ള കെട്ടിടത്തിന്റ മുകൾത്തട്ടിലെ വരാന്ത യിൽനിന്ന് എനിക്കുനേരെ കൈവീശാറുണ്ട്.

ഉമ്മറത്തെ ചവിട്ടുകല്ലിൽ വന്നു നിൽക്കുമ്പോഴും ആരെയോ ഭയ ക്കുന്നതുപോലുള്ള അവരുടെ പിന്തിരിഞ്ഞുനോട്ടം ഞാൻ ശ്രദ്ധി ച്ചു. ഞാനവരോട് ഉമ്മറത്തേക്ക് കയറിയിരിക്കാൻ പറഞ്ഞു.

കൂടെയുള്ളവരെ കേശവൻകുട്ടി എനിക്ക് പരിചയപ്പെടുത്തി. അവ രൊക്കെ കരിമ്പനക്കലെ ചുമട്ടുതൊഴിലാളി യൂണിയൻകാരും പാർട്ടി പ്രവർത്തകരും ഒക്കെയാണ്.

മോസ്കോ കുന്നിൽനിന്ന് മണ്ണെടുക്കുന്നതിനെക്കുറിച്ച് നടന്ന തർക്കത്തിൽ പോലീസുകാരുമായി വാക്കേറ്റം നടന്നു. ചെറിയ തോതിൽ ലാത്തിപ്രയോഗമുണ്ടായി. അവിടെനിന്ന് പോലീസ് ജീപ്പിൽ കയറാൻ കൂട്ടാക്കാതെ ഓടിവരികയാണവർ.

അതിന്റ കാരണങ്ങൾ കേശവൻകുട്ടി വിശദീകരിച്ചു.

ഇലക്ഷനാണ് വരുന്നത്. ഭരണമാറ്റത്തെക്കുറിച്ച് പോലീസു കാർക്ക് നല്ല ബോധ്യമുണ്ട്. അതുകൊണ്ട് യൂണിയൻ സഖാക്കളെ തിരഞ്ഞുവരാൻ സാധ്യതയില്ല. പോലീസുകാർ മടങ്ങിപ്പോകുംവരെ മാറിനിൽക്കാനാണ് തീരുമാനം.

കൂടെവന്നവരിൽ ഏറ്റവും പ്രായം കുറഞ്ഞവനെ ചൂണ്ടി കേശ വൻകുട്ടി പറയുന്നു:

'ഇവൻ എസ്സയ്യീന്റെ കോളറ് കേറിപ്പിടിച്ചു. അതാ പ്രശ്നമായത്. മാഷക്ക് ഇവനെ മനസ്സിലായോ?

'ഇല്ല്യ'

'നക്സൽ സുകുമാരേട്ടന്റെ മോനാ. കുറച്ചുകാലം ഇവൻ പഴ നീല് ഒരു ചെരുപ്പുകമ്പനിയിലായിരുന്നു. തള്ളയ്ക്ക് വയ്യാതായപ്പൊ ഇങ്ങട്ടെന്നെ പോന്നു. സുകുമാരേട്ടന്റെ പഴയ പാരമ്പര്യം നമുക്കു മറക്കാൻ പറ്റില്ലല്ലോ. അതോണ്ട് യൂണിയനിൽ ചേർത്തു. പത്താം ക്ലാസ് തോറ്റ ഒരാൾക്ക് വേറെന്ത് പണികൊടുക്കാനാ മാഷേ.'

മോസ്കോ കുന്ന് പ്രശ്നം എന്താണെന്ന് എനിക്കിറിയില്ലായി രുന്നു. കേശവൻകുട്ടി തന്നെ അത് വിശദീകരിച്ചു.

'പൂത്തേരിക്കാരുടെ കായൽ നിലം നികത്താൻ പോകുന്നു. അതിന്റെ സമീപത്തുകൂടിയാണ് പുതിയ ഹൈവേ വരുന്നത്. അതോടെ ടൂറിസത്തിന്റെ സാധ്യത വർദ്ധിക്കും. അമേരിക്ക യിൽപോയി ബിസിനസ് മാനേജ്മെന്റ് പഠിച്ച പൂത്തേരിയിലെ

പുതിയ തലമുറയ്ക്ക് ഇത് നന്നായറിയാം. കായൽനിലം നികത്തി അമ്യൂസ്മെന്റ് പാർക്കും ഹോട്ടൽ കോംപ്ലക്സും നിർമ്മിക്കാനാണ് അവരുടെ പ്ലാൻ. അതിനുവേണ്ടി മോസ്കോ കുന്നിടിച്ച് മണ്ണ് കൊണ്ടുപോകാൻ കരാറായി. തർക്കം അവിടെ തുടങ്ങുന്നു. ഇനിയുള്ള കാലം പ്രകൃതിയിൽ ഉയർച്ചതാഴ്ചകളൊന്നും വേണ്ടല്ലോ. ഒരേ പരപ്പ് മാത്രം മതിയാകും. മണ്ണിടിക്കാൻ കൂറ്റൻ യന്ത്രങ്ങൾ വന്നപ്പോൾ കരിമ്പനക്കലെ സഖാക്കൾ അതിനെ ചെറുത്തു.

'മോസ്കോക്കുന്ന് പാർട്ടിയുടെ വികാരമാണ്. ആരുടെ സ്വകാര്യസ്വത്തായാലും അത് വിട്ടുകൊടുക്കാൻ പറ്റ്വോ?'

മോസ്കോക്കുന്നിൽ വീണ രക്തത്തിന്റെ ഊറ്റം തലമുറകളിലൂടെ ഓരോ സഖാവിന്റെയും രക്ത്തിൽ കലരുന്നു. മോസ്കോക്കുന്നിന്റെ മുകളിൽ നിരനിരയായി നിൽക്കുന്ന കരിമ്പനകൾ അറുത്തുവീഴ്ത്താനാവാത്ത മുഷ്ടികളാണവർക്ക്.

പഴംപുരാണങ്ങൾ പലതും പറഞ്ഞ്, വർത്തമാനത്തിലേക്കുതന്നെ തിരിച്ചെത്തി. പലസ്തീനും ബോസ്നിയയും അട്ടിമറിക്കപ്പെട്ട ഭരണകൂടങ്ങളും ഒടുങ്ങാത്ത അഭയാർത്ഥി പ്രവാഹങ്ങളും കടന്ന് കേശവൻകുട്ടിയും സംഘവും മടങ്ങിപ്പോകുമ്പോൾ സന്ധ്യ ചാഞ്ഞിരുന്നു.

പോലീസുകാർ എവിടെയും കാവൽനിൽക്കുന്നുണ്ടാവില്ലെന്ന് അയാൾക്ക് ഉറപ്പായിരുന്നു. വിശ്വാസപൂർവ്വമുള്ള പടിയിറക്കം നോക്കിയിരിക്കെ കുന്നുകളുടെ ജീവിതത്തെക്കുറിച്ചുതന്നെ ഞാൻ ഓർത്തു.

മോസ്കോക്കുന്നിലേക്ക് അവസാനമായി കയറിയതെന്നാണ്?

കൃത്യമായി ഓർമ്മവരുന്നില്ല. ആ കുന്നുകയറ്റം പക്ഷേ, മറക്കാനാവാത്ത ചില ഓർമ്മകളായി ശേഷിക്കുന്നു. എന്നെ സംബന്ധിച്ചിടത്തോളം ആ കുന്നിന്റെ നിലനില്പ് ബാല്യാനുഭവത്തിന്റെ പൂക്കുടകളിലാണ്. ആകുന്നിന്റെ പൂത്ത താഴ്വരകളെ മുഴുവൻ ഓണപ്പൂക്കൂടകളിൽ നിറയ്ക്കാൻ കഴിഞ്ഞിരുന്നു. എന്നാൽ പേടിപ്പിക്കുന്ന ചില കഥകൾ ആ കുന്നിന്റെ ഉയരത്തിലേക്ക് സഞ്ചരിക്കാൻ ഞങ്ങളെ വിലക്കുകയും ചെയ്തു.

എന്റെ മുത്തശ്ശിയുടെ കഥകളിൽ അത് കരിമ്പനക്കുന്ന്. അവിടത്തെ യക്ഷിപ്പനയുടെ കൊട്ടാരത്തിലേക്ക് പുരുഷന്മാരെ വശീകരിച്ചുകൊണ്ടുപോയതിന്റെ കഥകളാണ് മുത്തശ്ശി എപ്പോഴും പറ

ഞ്ഞിരുന്നത്. കരിമ്പനക്കുന്നിനെ മോസ്കോക്കുന്നായി സ്വീകരിക്കാൻ മുത്തശ്ശിക്ക് സമ്മതമല്ലായിരുന്നു.

പേടിയുടെ വിലക്കുകളും കടന്ന് ഒരിക്കൽ ഞങ്ങളെ മോസ്കോക്കുന്നിന്റെ നെറുകയിലേക്ക് കൊണ്ടുപോയിട്ടുണ്ട് സുധാകരൻമാഷ്. ഞാൻ ഏഴാംക്ലാസിൽ പഠിക്കുന്ന കാലത്ത് ഞങ്ങളുടെ സ്കൂളിലേക്ക് ആദ്യമായി ജോലി കിട്ടി വന്നതായിരുന്നു സുധാകരൻ മാഷ്. ശസ്ത്രമാണ് മാഷ് പഠിപ്പിച്ചിരുന്നത്. മറ്റ് ശാസ്ത്രാധ്യാപകരെപ്പോലെയായിരുന്നില്ല സുധാകരൻ മാഷ്. അദ്ദേഹം സ്കൂളിൽ സയൻസ് ക്ലബ്ബുണ്ടാക്കി. സ്കൂളിന്റെ പുറത്തേക്ക് ഞങ്ങളെ കൊണ്ടുപോയി.

നക്ഷത്രങ്ങളെ നിരീക്ഷിക്കാനാണ് ഞങ്ങളെ മോസ്കോകുന്നിന്റെ നെറുകയിലേക്ക് കൊണ്ടുപോയത്. തീപ്പന്തങ്ങളുടെ വെളിച്ചത്തിലൂടെ നടത്തിയ ആ യാത്ര മറക്കാൻ വയ്യ.

പടിഞ്ഞാറ് ചിത്തിര, തെക്കുപടിഞ്ഞാറ് അത്തക്കാല്, വടക്കുപടിഞ്ഞാറ് ചോതി, സുധാകരൻമാഷ് കൈചൂണ്ടും നേരത്ത് നക്ഷത്രങ്ങൾ ഇറങ്ങിവരുംപോലെ.

പേരുള്ളതും പേരില്ലാത്തതുമായ നക്ഷത്രങ്ങളെക്കുറിച്ച് പറഞ്ഞപ്പോഴാണ് ചുവന്നൊരു നക്ഷത്രത്തിന്റെ കഥയും മാഷ് പറഞ്ഞത്. ആകെ ചുവന്നുപോയ പെട്രോഗ്രാഡിൽനിന്ന് ഉയർന്നുപൊങ്ങിയ നക്ഷത്രം. മാഷ് പറഞ്ഞതൊന്നും പക്ഷേ, ഞങ്ങൾക്ക് മനസ്സിലായില്ല.

'ഈ കുന്നിൽനിന്ന് നോക്കിയാൽ ആ നക്ഷത്രത്തെ കാണാൻ പറ്റ്വോ?'

'ഇല്ല. ഇതിനേക്കാൾ വലിയൊരു മലമുകളിൽ കയറിനിന്ന് നോക്കണം.'

'എവിടെയാണ് ആ മല?'

'വലുതാകുമ്പോൾ നിങ്ങൾക്കുതന്നെ കണ്ടുപിടിക്കാം.'

ആ അധ്യയനവർഷംകഴിയുംമുമ്പ് സുധാകരൻ മാഷ് നാട്ടിലേക്ക് മടങ്ങിപ്പോയി.

മോസ്കോക്കുന്നിന്റെ ഉയരം ശരിക്കും മനസ്സിലായത് കൗമാരകാലത്താണ്. പ്രസ്ഥാനത്തിന്റെ ജ്വലിക്കുന്ന ഒരേട് ഏതോ പുരാവൃത്തം പോലെ കുന്നിറങ്ങിവന്നു.

പൂത്തേരിയിലെ കായൽനിലങ്ങളിൽ നടന്ന കർഷകസമരത്തിന് അത്ര വ്യാപകമായ പ്രശസ്തി കിട്ടിയിട്ടില്ല. പോലീസുകാരനെ കഠാ

രകൊണ്ട് കുത്തി ഓടിയകന്ന സഖാവ് കുഞ്ഞിക്കൃഷ്ണനെ കരിമ്പനക്കുന്നിന്റെ നരിമാളത്തിൽനിന്നാണ് അറസ്റ്റ് ചെയ്തത്. അപ്പോഴും കുതറിനിന്ന സഖാവിനെ കരിമ്പനയോട് ചേർത്ത് കെട്ടിയാണ് വെടിവെച്ച് കൊന്നത്. അതിന്റെ മൂന്നാംനാൾ കരിമ്പനകളിലൊക്കെ രക്തപതാകകൾ പാറിക്കളിച്ചുവെന്ന് പഴയ കാലത്തെ സഖാക്കൾ പറയും. എ.കെ.ജി. നയിച്ച പട്ടിണിജാഥ ഈ ദേശത്തുകൂടി കടന്നുപോയ കാലത്താണ് പുറംലോകം ശരിക്കും കരിമ്പനക്കുന്നിനെ അറിഞ്ഞത്. മഹത്തായ രക്തസാക്ഷിത്വത്തിന്റെ പെരുമയറിഞ്ഞത്. എ.കെ.ജി.യും സഖാക്കളും കുന്നു കയറിച്ചെന്ന്, ചെങ്കല്ലുകൊണ്ട് തീർത്ത രക്തസാക്ഷിത്തറയിൽ പൂക്കൾ അർപ്പിച്ചു. അതിൽപ്പിന്നെ കരിമ്പനക്കുന്ന് മോസ്കോ കുന്നായി. എന്റെ കൗമാരകാലത്ത് അവിടെ പുതിയൊരു രക്തസാക്ഷിമണ്ഡപം ഉയർന്നിരുന്നു. രക്തസാക്ഷിദിനത്തിൽ കരിമ്പനക്കലെ സഖാക്കൾ പതാകകളുമേന്തി രക്തസാക്ഷികളുടെ അമരത്വത്തെ വാഴ്ത്തി കുന്നു കയറിയിരുന്നു.

കേശവൻകുട്ടി പറഞ്ഞത് നേരാണ്.

മോസ്കോക്കുന്ന് പാർട്ടിയുടെ വികാരമാണ്. അരിവാളുകളിൽനിന്ന് നെൽക്കതിരുകൾ അകന്നുപോയതോടെ എല്ലാവരും പൂത്തേരി കായൽ നിലങ്ങളെ മറന്നെങ്കിലും മോസ്ക്കോക്കുന്നിനെ ആരും മറന്നില്ല.

കുന്നുകളുടെ ജീവിതത്തെക്കുറിച്ച് പലതും ആലോചിക്കുമ്പോൾ മറ്റൊരു സത്യം ബോധ്യപ്പെടാതെ വയ്യ; കുന്നുകളൊക്കെയും സമതലങ്ങളാവും എന്ന സത്യം. പ്രസ്ഥാനങ്ങളുടെ തീവ്രവികാരങ്ങൾ മായുകതന്നെ ചെയ്യുമെന്നും.

വിശ്വാസത്തിന്റെ തീവ്രതയും ചെറുത്തുനില്പിനെക്കുറിച്ചുള്ള ഉറച്ച ബോധ്യങ്ങളുമായി സഖാവ് കേശവൻകുട്ടി ഇറങ്ങിപ്പോയതിന്റെ ഏഴാം നാൾ മോസ്കോക്കുന്നിലേക്ക് യന്ത്രക്കരങ്ങളുടെ വരവുകണ്ടു. യന്ത്രം മണ്ണ് മാന്തുന്ന അത്ഭുതം കാണാൻ കുട്ടികളുടെ ജാഥ വാഹനങ്ങളെ പിന്തുടർന്നു.

യാതൊരു ചെറുത്തുനില്പും പാർട്ടിയുടെ ഭാഗത്തുനിന്ന് ഉണ്ടായില്ല എന്നറിഞ്ഞപ്പോൾ കാര്യമെന്തെന്നറിയാൻ ഞാനും മോസ്കോക്കുന്നിന്റെ താഴ്വരയിലേക്കു ചെന്നു.

മണ്ണ് തുരന്നെടുത്തുകൊണ്ട് യന്ത്രക്കരങ്ങൾ വലിയ മാളങ്ങൾ

സൃഷ്ടിക്കുകയായിരുന്നു. ചെമ്മണ്ണിന്റെ പൊടിപറത്തി ലോറികൾ പാഞ്ഞുപോകുന്നു.

താഴ്വരയിലെ ആൽമരത്തണലിലിരുന്ന് കരിമ്പനക്കലെ യൂണിയൻ തൊഴിലാളികൾ ചീട്ടുകളിക്കുകയായിരുന്നു. സഖാവ് കേശവൻകുട്ടി കണക്കുകൾ കുറിക്കുന്നു.

എന്റെ ചോദ്യത്തിന് യാതൊരു സ്തോഭവുമല്ലാതെ കേശവൻകുട്ടി പ്രതികരിച്ചു.

അടവും തന്ത്രവുമൊക്കെ നോക്കിയേ പറ്റൂ. മോസ്കോക്കുന്നിൽനിന്ന് കൊണ്ടുപോകുന്ന ഓരോ ലോഡ് മണ്ണിനും തുക നിശ്ചയിച്ച് അതിന്റെ വിഹിതം യൂണിയനിൽ ഏല്പിക്കാമെന്ന് കരാറുകാർ സമ്മതിക്കുകയായിരുന്നു. കൊണ്ടുപോകുന്ന മണ്ണിന്റെ കണക്ക് മാത്രമേ നോക്കേണ്ടതുള്ളൂ. അതായിരുന്നു കേശവൻകുട്ടി ചെയ്തുകൊണ്ടിരുന്നത്.

കേശവൻകുട്ടി എന്നോട് ഒച്ചയടക്കിപ്പറഞ്ഞു:

പൂത്തേരിക്കാരുടെ കാര്യമാവുമ്പോ പാർട്ടിക്ക് അങ്ങനെ ഒഴിവാക്കാൻ പറ്റില്ല. പാർട്ടി ചാനലിന്റെ വലിയ ഷെയർ എടുക്കാമെന്ന് അവര് സമ്മതിച്ചിട്ടുണ്ട്.'

അന്നേരം ചീട്ടുകളിക്കുന്ന സഖാക്കളുടെ ആർപ്പുവിളി ഉയർന്നു. യന്ത്രക്കരങ്ങളോട് കുതറിക്കൊണ്ട് പൊടിമണ്ണിന്റെ പതാകകൾ ആകാശത്തേക്ക് ഉയരുന്നത് ഞാൻ നോക്കിനിന്നു.

സൂചന: 'കുന്നുകളുടെ ജീവിതത്തിൽനിന്ന്' എന്ന പേരിൽ ആലങ്കോട് ലീലാകൃഷ്ണൻ എഴുതിയ ലേഖനം

(2002)

രവിയുടെ ഇതിഹാസാനന്തരജീവിതം

ബസ് വരാനായി രവി കാത്തുകിടന്നു എന്നാണ് ഒ.വി. വിജയന്റെ ഖസാക്കിന്റെ ഇതിഹാസം എന്ന നോവലിലെ അവസാനത്തെ വരി. ഈ നോവൽ പല ആവർത്തി വായിച്ചുനോക്കിയപ്പോഴാണ് രവി മരിച്ചിട്ടില്ല എന്ന സത്യം വെളിപാടുകണക്കെ എനിക്കു ബോധ്യപ്പെട്ടത്. രവിയുടെ പിൽക്കാലജീവിതം ചിലതരം ഗൂഢാലോചനയുടെ ഭാഗമായി വെളിവാക്കപ്പെടാതെ പോയതാണ്. ഇത് ഇതിഹാസാനന്തരജീവിതമാണ്. മഹാഖ്യാനങ്ങളുടെ മരണത്തിന് ശേഷമുള്ളത്. അത്തരം ഒരു ജീവിതത്തിന് യാതൊരു തരത്തിലുള്ള വിശുദ്ധിയും അംഗീകരിക്കേണ്ടതില്ല. ആധുനികതയോട് കടുത്ത പക്ഷപാതിത്വമുള്ള വിജയന് രവിയുടെ പിൽക്കാലജീവിതം അസ്വീകാര്യമായതു സ്വാഭാവികം. ആ ജീവിതത്തെ മുൻനിർത്തി മറ്റൊരു നോവലെഴുതാൻ തയ്യാറാവാതെ അദ്ദേഹം ഇതിഹാസത്തിന്റെ ഇതിഹാസം മാത്രം എഴുതി. എന്നുവച്ചു ജീവിതസത്യങ്ങൾ അനാവരണം ചെയ്യാതെ കിടക്കുവാൻ പാടുണ്ടോ?

ഇതു പറയുമ്പോൾ നിങ്ങൾ മുഖം ചുളിച്ചുകൊണ്ടു ചോദിക്കുന്നു:

'ഖസാക്കിന്റെ ഇതിഹാസം ഒരു നോവൽ മാത്രമല്ലേ? ഒരു നോവലിനെ മുൻനിർത്തി ഇത്തരം ദുർവായനകൾ പാടുണ്ടോ?'

പക്ഷേ, ഞാനത് അംഗീകരിക്കുകയില്ല. ഏതൊരു നോവലും ജീവിതത്തിന്റെ നേർചിത്രങ്ങളാണെന്നു ഗവേഷകരായ ബുദ്ധിജീവികൾ എന്നെ പഠിപ്പിച്ചിട്ടുണ്ട്. ആ പാഠമാണു സത്യം. മിത്താണെന്നും നാടോടിക്കഥയാണെന്നും ഒക്കെ നമ്മൾ കരുതിയ പറയിപെറ്റ പന്തിരുകുലംപോലും ഭാവനയുടെ കലർപ്പില്ലാത്ത ചരിത്ര

യാഥാർത്ഥ്യമാണെന്നു ഗവേഷകർ കണ്ടെത്തിക്കഴിഞ്ഞിരിക്കുന്നു. ഉപ്പുകൂറ്റന്റെ അനന്തരതലമുറയെ തൃത്താലയിൽ വെച്ചാണ് ഒരു ഗവേഷകൻ കണ്ടെത്തിയത്. പ്രമുഖപത്രം അതു റിപ്പോർട്ട് ചെയ്തിരുന്നു. മിത്തിന്റെ കാര്യം ഇതാണെങ്കിൽ നോവലിന്റെ കാര്യത്തിൽ സംശയമേ വേണ്ട.

വൈക്കം മുഹമ്മദ് ബഷീറിന്റെ പാത്തുമ്മയുടെ ആടിലെ പാത്തുമ്മ ജീവിച്ചിരിക്കുന്നു എന്നു മാത്രമല്ല കാര്യം. ആടു തിന്നതായി പറയപ്പെടുന്ന കൈയെഴുത്തുപ്രതിയുടെ ബാക്കി ഭാഗവും ആനവാരി രാമൻനായർ ചാണകമെന്നു കരുതി വാരിയ ആനയുടെ പല്ലും ഗവേഷകർ കണ്ടെത്തിയിട്ടുണ്ട്. ഈവിധമുള്ള ചരിത്രയാഥാർത്ഥ്യങ്ങൾ ചോദ്യം ചെയ്യാൻ ആരെയും അനുവദിക്കില്ല. ബഷീറിനെ വിമർശിക്കുക എന്നാൽ ഇസ്ലാമിനെ വിമർശിക്കുന്നതിനു തുല്യംതന്നെയാണ്. ബിൻലാദൻ മരിച്ചിട്ടില്ല എന്ന് ഓർമ്മയിരുന്നാൽ നന്ന്. കേരളത്തിലെ ഏത് യൂണിവേഴ്സിറ്റിയിലൂടെയും ലാദൻ പുറത്തുവന്നേക്കും.

എം.ടി.യുടെ നാലുകെട്ടിലെ അപ്പുണ്ണി കുളത്തിലേക്കു വലിച്ചെറിഞ്ഞ അമ്മിണിയേട്ടത്തിയുടെ വളപ്പൊട്ടുകൾ കുളം വറ്റിച്ച് ഈയിടെ ഒരു ഗവേഷകൻ പുറത്തെടുക്കുകയുണ്ടായി. ആ വളപ്പൊട്ടുകൾ മുൻനിർത്തി പോസ്റ്റ് ഡോക്ടറൽ തിസീസ് എഴുതാനുള്ള ശ്രമത്തിലാണ് അദ്ദേഹം. ഇങ്ങനെയൊരു കാലഘട്ടത്തിൽ രവിയുടെ പിൽക്കാലജീവിതം അന്വേഷിക്കുകയും കണ്ടെത്തുകയും വെളിപ്പെടുത്തുകയും വേണം.

രണ്ട്

ബസ് വരാനായി രവി കാത്തുകിടക്കുമ്പോൾ ദൈവത്തിന്റെ വാഹനം കണക്കെ ഖാലിയാർ അവിടെ പ്രത്യക്ഷപ്പെടുകയായിരുന്നു. അദ്ദേഹം രവിയെ രാജാവിന്റെ പള്ളിയിലേക്കു കൊണ്ടുപോയി. ഷെയ്ക്ക് തങ്ങൾ സ്വപ്നത്തിലൂടെ ഖാലിയാർക്കു സമ്മാനിച്ച അത്യന്തം ദിവ്യശക്തിയാർന്ന വിഷക്കല്ലുകൊണ്ട് രവിയുടെ ഞരമ്പിൽ പടർന്ന വിഷമത്രയും ആവാഹിച്ചു പുറത്തെടുത്തു.

ഏഴുനാൾ രവി ബോധരഹിതനായി കിടന്നിട്ടുണ്ട്. ബോധം തിരിച്ചുകിട്ടിയപ്പോൾ രണ്ടു തരത്തിലുള്ള മാറ്റം രവിയിൽ പ്രകടമായി. ശരീരമാകെ കാർവർണം വന്നുചേർന്നു. കൂട്ടത്തിൽ വിചിത്രമായൊരു സ്മൃതിനാശവും. ആ സ്മൃതിനാശത്തിൽ ഖസാക്ക് അനു

ഭവങ്ങൾ മാത്രമാണ് ബാക്കിയായത്. ഖസാക്കിലേക്ക് വരുംമുമ്പുള്ള കാലം ഓർമ്മത്തെറ്റുകളായി. ആയുസ്സുകൊണ്ട് ആർജ്ജിച്ച വിജ്ഞാനത്തിന്റെ മണ്ഡലത്തിന് ആഴത്തിൽ പരുക്കേറ്റു.

ദിനരാത്രങ്ങളുടെ വേർതിരിവുകളറിയതെ രവി അലഞ്ഞുനടന്നു. സാന്ധ്യവെളിച്ചത്തിൽ കീറിമുറിക്കപ്പെട്ടു. രവിയെ സാധാരണജീവിതത്തിലേക്ക് മടക്കിക്കൊണ്ടുവരാൻ ഖാലിയാർ ചെയ്ത മാന്ത്രികവേലകൾ ഒടുവിൽ ഫലിച്ചു. രവിയുടെ പൊറുതികെട്ട അലച്ചിലുകൾക്കു ശമനമായി. സ്വസ്ഥമായി ഒരിടത്ത് ഇരിക്കാമെന്നായി.

ഒരുനാൾ കരിമ്പനയുടെ ചക്രവാളത്തിൽ സന്ധ്യ കറുത്തുതുടങ്ങിയ നേരത്ത് (ഖസാക്കിന്റെ ഇതിഹാസത്തിൽ കടന്നുവന്നിട്ടുള്ളത് പതിനൊന്നു കരിമ്പനകൾ മാത്രമാണെന്ന് ഒരു ഗവേഷകൻ കണ്ടെത്തിയിട്ടുണ്ട്. നോവലിലെ മികവുറ്റ ലക്ഷണശാസ്ത്രത്തെ പിന്തുടർന്നാണ് ആ പതിനൊന്നു കരിമ്പനകളെ കണ്ടെത്തിയതും അടയാളപ്പെടുത്തിയതും. ഖസാക്കിലെ കരിമ്പനകൾ എന്ന ആ ഗവേഷണപ്രബന്ധത്തിനു ഡോക്ടറേറ്റ് ലഭിക്കുകയും ചെയ്തു.) രാജാവിന്റെ പള്ളിയിലേക്കു ഖാലിയാർക്കൊപ്പം നടക്കുമ്പോൾ രവി പറഞ്ഞു:

'ഞാൻ നിങ്ങളുടെ ദീനിലേക്കു വന്നാലോന്നു വിചാരിക്യാണ്?'

'യാ. റബ്ബേ, കളിയാക്ക്ന്ന വർത്തമാനം പറയാതെ മേഷ്ടരേ.'

രവി കളിയാക്കിയതൊന്നുമല്ല. ദിനേ ദിനേ വിസ്മൃതിയിലേക്ക് ആണ്ടുപോകുന്ന പൂർവ്വജന്മം എന്തിനു വഹിക്കണം എന്ന് രവി സ്വയം ചോദിക്കാൻ തുടങ്ങിയിട്ടു കാലം കുറച്ചായിരുന്നു. അന്നു രാത്രി രാവേറെ ചെല്ലുവോളം രവി സംസാരിച്ചുകൊണ്ടിരുന്നത് മതം മാറ്റത്തെക്കുറിച്ചുതന്നെയാണ്.

അപ്പോൾ ആരോടെന്നില്ലാതെ ഖാലിയാർ പറഞ്ഞു:

'ഒക്കെ ശൈഖ് തങ്ങളിന്റെ നിശോകം.'

മതം മാറിയശേഷം സുലൈമാൻ എന്നായിരുന്നു രവിയുടെ പേര് (ഇനി സുലൈമാൻ എന്നേ പറയാവൂ. മതം മാറിയശേഷവും രവി എന്നു വിളിച്ചാൽ കനത്ത പ്രതിഷേധം ഉണ്ടാവുമെന്ന് എനിക്കറിയാം. കമലാ സുരയ്യയെ മാധവിക്കുട്ടി എന്നു വിശേഷിപ്പിക്കുന്നതിലും പൊട്ടുതൊട്ടും തലമറയ്ക്കാതെയുമുള്ള ഫോട്ടോകൾ അച്ചടിക്കുന്നതിലും ഇസ്ലാമിന്റെ കടുത്ത പ്രതിഷേധം രേഖപ്പെടുത്തിക്കൊണ്ട് ഒരു മാന്യ മുസ്ലീം വനിത എഴുതിയ കത്ത് ഒരു മുസ്ലീം

വാരിക പ്രസിദ്ധീകരിച്ചിട്ടുണ്ട്.)

സുലൈമാൻ മൈമൂനയെ പുനർവിവാഹം ചെയ്തു. അവൾ നടത്തിയിരുന്ന മാറ്റപ്പീടിക വലിയൊരു മസാലക്കടയാക്കി മാറ്റി. പൊടിപാറിയ കച്ചവടമായിരുന്നു അവിടെ. അല്ലലും അലട്ടലും ഉണ്ടായിരുന്നില്ല. സാമാന്യം സമ്പാദ്യവുമുണ്ടായിരുന്നു. ആ ദാമ്പത്യത്തിൽ മക്കൾ പിറക്കുക ഉണ്ടായില്ല എന്നു മാത്രം.

ഒരുക്കൂട്ടിവെച്ച സമ്പാദ്യമൊക്കെ ചേർത്താണ് വയസ്സുകാലത്ത് സുലൈമാനും മൈമൂനയും കൂടി ഹജ്ജിനുപോയത്. പക്ഷേ, അവർ തിരിച്ചുവരികയുണ്ടായില്ല. മിനായിൽ വച്ചു ഹജ്ജ് കൂടാരങ്ങൾക്കു വൻതീപ്പിടുത്തമുണ്ടാവുകയും അതിൽപ്പെട്ട സുലൈമാനും മൈമൂനയും വെന്തുമരിക്കുകയും ചെയ്തു. മുതുകൊളത്തിയമ്മയുടെ ശാപം എന്നാണത്രേ ഈ സംഭവത്തെപ്പറ്റി തേവാരത്ത് ശിവരാമൻനായർ പറഞ്ഞത്.

മൂന്ന്

രവിയുടെ ജീവിതസത്യം പൂർണ്ണമായി വെളിപ്പെടുത്തിക്കൊണ്ട് ഞാൻ തയ്യാറാക്കിയ ഫീച്ചർ മലബാറിലെ ഒരു മുസ്ലീം വാരിക കവർ സ്റ്റോറിയായി പ്രസിദ്ധീകരിച്ചു. അതെന്നെ അത്യന്തം സന്തോഷിപ്പിക്കുകയും ചെയ്തു.

എന്നാൽ ആ സന്തോഷം ഏറെനാൾ നീണ്ടുനിന്നില്ല. കൂമൻകാവിൽനിന്നുവന്ന ഒരു കത്ത് എന്റെ കണ്ടെത്തലുകളെ മുഴുവൻ നിരാകരിക്കുകയായിരുന്നു. മനോഹരമായ കൈപ്പടയിലുള്ള ആ കത്ത് താഴെ ചേർക്കുന്നു.

'പ്രിയപ്പെട്ട സുരേന്ദ്രൻ സാറിന്,

എന്നെ താങ്കൾക്ക് പരിചയമുണ്ടാവില്ല. എന്റെ പേര് എം. ബാലകൃഷ്ണൻ. പട്ടാളം ബാലനെന്നു കൂമൻകാവുകാർ വിളിക്കും. തേവാരത്ത് ശിവരാമൻനായരുടെ മകൾ കല്യാണിക്കുട്ടിയുടെ ഭർത്താവാണു ഞാൻ. പട്ടാളത്തിൽനിന്നു പിരിഞ്ഞശേഷം കൂമൻകാവിൽ ഒരു സൈക്കിൾകട വച്ച് അല്ലലില്ലാതെ ജീവിക്കുന്നു.

കഴിഞ്ഞമാസം പാലക്കാട്ടു പോയപ്പോഴാണു താങ്കളുടെ ലേഖനം അച്ചടിച്ചുവന്ന വാരിക ഞാൻ വാങ്ങിയത്. സാധാരണയായി അത്തരം വാരികകളൊന്നും ഞാൻ വായിക്കാറില്ല. രവിയേട്ടനെ സംബന്ധിച്ച കാര്യമായതുകൊണ്ടാണ് വാങ്ങിച്ചത്. രവിയേട്ടൻ ഇസ്ലാംമതം സ്വീകരിച്ചു എന്നത് ബൗദ്ധന്മാര് പ്രചരിപ്പിച്ച കള്ളക്ക

ഥയാണ്. താങ്കളെപ്പോലെ ഒരാൾഅത് മുഖവിലയ്ക്കെടുക്കാൻ പാടില്ലായിരുന്നു. ഖസാക്കിലെ മുഴുവൻ ഹിന്ദുക്കൾക്കുവേണ്ടി ശക്തമായ പ്രതിഷേധം താങ്കളെ അറിയിക്കുന്നു. പാമ്പുകടിയേറ്റ രവിയേട്ടനെ നൈജാമലി ചികിത്സിച്ചു ഭേദമാക്കി എന്നതു മാത്രമാണ് സത്യം. ഖസാക്കുകാർ ശരിക്കും മനസ്സിലാക്കാതെപോയ വലിയൊരു സൂഫിവര്യൻതന്നെയായിരുന്നു ഖാലിയാര്. ഖബർസ്ഥാൻ ആരാധനയും മന്ത്രവാദവും ഒക്കെ കൊണ്ടുനടന്നതുകൊണ്ട് പുതുതലമുറക്കാരായ ബൗദ്ധന്മാർതന്നെ അദ്ദേഹത്തെ എതിർത്തു. ദീനിനു കളങ്കം ചാർത്തുകയാണ് ഖാലിയാരെന്നു വിളിച്ചുകൂവിയ അവർ അദ്ദേഹത്തെ ഭ്രാന്തനെന്നു മുദ്രയടിച്ചു. കൂമൻകാവിൽ വന്ന കാലംതൊട്ട് എനിക്ക് ഖാലിയാരുമായി നല്ല അടുപ്പമുണ്ടായിരുന്നു. അദ്ദേഹത്തിന്റെ മരണംവരെ ആ സൗഹൃദം നിലനിന്നു. രവിയേട്ടൻ മതംമാറി എന്ന നുണപ്രചാരത്തെ ഖാലിയാരും നിഷേധിച്ചിട്ടുണ്ട്.

തേവാരത്ത് ശിവരാമൻനായരുടെ ഗൂഢാലോചനകൊണ്ടാണ് ഏകാധ്യാപക വിദ്യാലയം പൂട്ടിയത് എന്ന വാദവും കള്ളപ്രചാരണമായിരുന്നു. രവിയേട്ടനും ആ സത്യം അറിയാമായിരുന്നു. കുട്ടികളെ രവിയേട്ടൻ നിരീശ്വരവാദികളാക്കുന്നു എന്ന് പറഞ്ഞ് ബൗദ്ധന്മാർ തന്നെയാണ് സ്കൂൾ പൂട്ടിച്ചത്. സ്കൂൾ പൂട്ടിയിട്ടും രവിയേട്ടൻ ശിവരാമൻനായരുടെ ഞാറ്റുപുരയിൽത്തന്നെയാണ് താമസിച്ചത്. വേദാന്തത്തിലും ഉപനിഷത്തുകളിലുമൊക്കെ രവിയേട്ടനു വലിയ പാണ്ഡിത്യമുണ്ടായിരുന്നു. താംബരത്ത് കോളേജിൽ പഠിക്കുമ്പോൾ രവിയേട്ടൻ എഴുതിയ പ്രബന്ധം ഉപനിഷത്തുകളെയും അസ്ട്രോഫിസിക്സിനെയും തമ്മിൽ ബന്ധിപ്പിക്കുന്നതായിരുന്നല്ലോ. ഹിന്ദുപാരമ്പര്യത്തിൽ ഏറെ അഭിമാനംകൊണ്ട അദ്ദേഹം ഇസ്ലാംമതം സ്വീകരിച്ചു എന്ന വാദം തള്ളിക്കളയാൻ സാധാരണയുക്തിബോധം മാത്രം മതിയാവും. ഞാറ്റുപുരയിൽ വരുന്ന ഹിന്ദുക്കുട്ടികൾക്കു വേദാന്തവും ഉപനിഷത്തുകളും പുരാണങ്ങളും ഒക്കെ പറഞ്ഞുകൊടുത്ത് രവിയേട്ടൻ ഇവിടെത്തന്നെ കഴിയുകയായിരുന്നു. മരണത്തിന്റെ പിടിയിൽനിന്നു രക്ഷപ്പെട്ടശേഷം അദ്ദേഹത്തിന്റെ ഏറ്റവും വലിയ ആഗ്രഹം സ്വസമുദായത്തെയും സ്വജാതിയെയും സേവിക്കണം എന്നായിരുന്നു. ഖസാക്കിൽ എൻ.എസ്.എസ്. കരയോഗത്തിന്റെ ശാഖ സ്ഥാപിച്ചത് രവിയേട്ടനാണ്. കരയോ

ഗത്തിന്റെ കീഴിൽ ഇപ്പോൾ ഒരു ഇംഗ്ലീഷ് മീഡിയം സ്കൂളുണ്ട്. ഖസാക്കിലെ കരയോഗം ആപ്പീസിൽ മന്നത്തു പത്മനാഭന്റെ ഫോട്ടോവിനൊപ്പം രവിയട്ടന്റെ ഫോട്ടോയും ഉണ്ട്. ഖസാക്കിൽ ആദ്യമായി ആർ.എസ്.എസ്. ശാഖ തുടങ്ങാൻ നേതൃത്വം നൽകിയതും രവിയേട്ടൻതന്നെയാണ്. മരണത്തിന്റെ പിടിയിൽനിന്നു രക്ഷപ്പെട്ടശേഷം രവിയേട്ടനു ചുഴലിരോഗമുണ്ടായിരുന്നു. വെള്ളം നിറഞ്ഞ ഞാറ്റുകണ്ടത്തിൽ ചുഴലി ബാധിച്ചുവീണ് രവിയേട്ടൻ മരിക്കുകയാണുണ്ടായത്. ഇതാണ് സത്യം. ഒരുദിവസം താങ്കൾ കൂമൻകാവിൽ വരികയാണെങ്കിൽ കാര്യങ്ങൾ നേരിൽ ബോധ്യപ്പെടുത്താം.

നേരിൽ കാണാൻ കഴിയുമെന്ന പ്രതീക്ഷയോടെ

വിധേയൻ

എം. ബാലകൃഷ്ണൻ

ഈ കത്ത് വായിച്ചതും എന്റെ സംശയം ഇരട്ടിച്ചു. രവിയുടെ അച്ഛൻ ഏതു ജാതിയിൽപ്പെട്ട ആളായിരുന്നു?

അമ്മയോ?

നായരാണ് എന്നതിനു യാതൊരു തെളിവും ആ നോവലിൽനിന്ന് എനിക്കു ലഭിച്ചിട്ടില്ല.

എന്നെ പേടിപ്പിക്കുന്ന കാര്യം മറ്റൊന്നാണ്.

വേറൊരു കത്തുകൂടി എന്നെത്തേടി വരും.

(2002)

രാജനീതി

സർവ്വരാജ്യത്തൊഴിലാളികളേ ഏകോപിപ്പിൻ.

ജ്യോത്സ്യനെ കുടിയിറക്കിവിട്ട തെരുവിന്റെ ഉത്തരധ്രുവത്തിൽ ഒരു കാൻവാസ് ബാനർ. അതിനു താഴെ തുരുമ്പിച്ച മേശമേൽ രക്തത്തിന്റെ നിറം പകർന്ന പുസ്തകങ്ങൾ. മേശയ്ക്കു പിറകിൽ ജീർണ്ണിച്ച് നിലംപതിക്കാറായ മതിലിൽ തൂക്കിയിട്ട പോസ്റ്ററുകൾ.

എന്തൊക്കെ?

മൂന്നാംലോകത്തിലെ വയറുന്തിയ കുട്ടികൾ. ഹെൽത്ത് സെന്ററിനു മുമ്പിൽ ക്യൂ നിൽക്കുന്ന ഗർഭിണികൾ. കൊടുങ്കാറ്റിൽ തകർന്നുപോയ ഒരു ഗ്രാമം. മഴമേഘങ്ങളെ നോക്കിനിൽക്കുന്ന കർഷകൻ.

ദയനീയമായ മനുഷ്യാവസ്ഥയുടെ ഒരു ക്രോസ് സെക്ഷൻ. മറുകോണിൽ സ്വർണനിറമാർന്ന ഗോതമ്പുവയലുകളും കടൽത്തീരത്തെ സുഖവാസകേന്ദ്രങ്ങളിൽ ഒഴിവുദിനങ്ങൾ ചെലവിടുന്ന റഷ്യൻ തൊഴിലളികളും ഓറഞ്ച് നിറമുള്ള കർഷകപ്പെൺകുട്ടികളുമായി നിറങ്ങളുടെ വസന്തം.

വൈരുദ്ധ്യത്തിന്റെ ഇരട്ടക്കോണുകൾക്കു നടുവിൽ നിവർന്നു നിൽക്കുന്ന രാഷ്ട്രീയത്തൊഴിലാളിയായിരുന്നു പുതിയ അരങ്ങിന്റെ സൂത്രധാരൻ. പ്രഭാതത്തിൽ ഇങ്ങനെ ഒരു വേഷം ആരും പ്രതീക്ഷിച്ചില്ല.

തെരുവിന്റെ ഉത്തരധ്രുവത്തിൽനിന്നു ജ്യോത്സ്യനെ കുയിടിറക്കി വിട്ടത് ഡ്യൂട്ടി പോലീസുകാരനാണ്. ഇനി ഒരു വേഷവും അവിടെ അവതരിക്കുകയില്ലെന്ന് ഡ്യൂട്ടി പോലീസുകാരൻ പ്രഖ്യാപിച്ചിരുന്നു. ഒരു പ്രവചനം ശരിയായിപ്പോയതിന്റെ ഫലമായിരുന്നു കുടിയിറക്കൽ. എന്തോ ആപത്ത് വരാൻ പോകുന്നു എന്ന് ജ്യോത്സ്യൻ

പ്രവചിച്ചതിന്റെ മൂന്നാംനാൾ ഡ്യൂട്ടി പോലീസുകാരന്റെ ഭാര്യ ജാരനോടൊപ്പം ചാടിപ്പോയി. അതിനാണ് മർദ്ദിച്ച് കുടിയിറക്കിയത്. അതിന്റെ കറ ഉണങ്ങുന്നതിനുമുമ്പാണ് പുതിയ വേഷം.

ആ വേഷം കണ്ട് ജനങ്ങൾ സ്വപ്നസഞ്ചാരികളായി എത്തിക്കൊണ്ടിരുന്നു. ഫാക്ടറി ത്തൊഴിലാളികൾ ഈ വഴി കടന്നുപോകുന്നു. ജ്യോത്സ്യന് നല്ല കോളായിരുന്നു ഇവിടെ. മർദ്ദിതർക്കു പ്രവചനങ്ങളിൽ വിശ്വാസം കൂടും.

അരങ്ങ് ഒതുങ്ങിയതും ആജാനുബാഹു തന്റെ ചെങ്കോൽ കൈയിലെടുത്തു. ദയനീയമായ മനുഷ്യാവസ്ഥയെ ചൂണ്ടി ദുരിതകാലത്തെക്കുറിച്ച് പ്രവചനമാരംഭിച്ചു. വചനങ്ങളുടെ ലാവാപ്രവാഹത്തിൽ ആൾക്കൂട്ടത്തിനു പൊള്ളലേറ്റു.

ഇത് എന്തുകൊണ്ട് സംഭവിച്ചുവെന്ന് നിങ്ങളിലാരെങ്കിലും ചിന്തിച്ചിട്ടുണ്ടോ സഖാക്കളേ?

ആ ചോദ്യത്തിന് ഉത്തരമില്ലാതെ ആൾക്കൂട്ടം പകച്ചുനിൽക്കെ ആജാനബാഹു മുദ്ര പൊട്ടിച്ചു. അപ്പോൾ–

14 മില്യൻ ക്ഷയരോഗികളും

4 മില്യൻ കുഷ്ഠരോഗികളും

18 മില്യൻ മന്തുരോഗികളും യാത്ര തുടങ്ങി.

അനാഥമായ ഗ്രാമങ്ങളും പട്ടിണികൊണ്ട് മരിച്ചവരുടെ ജഡങ്ങളും ഉയിർത്തുവന്നു.

ഗുഹ്യരോഗവും വിദേശകടങ്ങളും വാ പിളർത്തി.

ചിലപ്പോൾ കരച്ചിലടക്കിയും ചിലപ്പോൾ പരിഭ്രാന്തരായും ചിലപ്പോൾ ഭീതിപ്പെട്ടും അവർ എല്ലാം അറിഞ്ഞു. കാൽക്കീഴിലെ മണ്ണ് പിളരുന്നുവെന്ന് വ്യാകുലപ്പെട്ടു.

അതു കഴിഞ്ഞപ്പോൾ ആജാനുബാഹു തന്റെ ശ്രോതാക്കളെ വർണപ്രഭയിലേക്ക് നയിച്ചു.

'ഈ സോഷ്യലിസത്തിനെന്തു സമൃദ്ധി!'

അതിന്റെ കാരണങ്ങളിലേക്ക് അയാളുടെ വ്യാഖ്യാനങ്ങളും വിലയിരുത്തലുകളും ചെന്നെത്തി. ആ വെളിച്ചത്തിലേക്ക് അവർ പ്രജ്ഞ കൂർപ്പിച്ചുനിന്നു.

അതും കഴിഞ്ഞാണ് മഹാഗ്രന്ഥങ്ങളുടെ മൂടുപടം മാറ്റിയത്. സമൃദ്ധിയുടെ ലോകത്തേക്ക് ആനയിക്കുന്ന ഗ്രന്ഥങ്ങൾ ഇതൊക്കെയാണെന്നു പറഞ്ഞു.

പാൽപ്പൊടി വില്പനക്കാരനും മരുന്ന് വില്പനക്കാരനും സാമ്പിൾ പാക്കറ്റുകൾ വിതരണം ചെയ്യാറുള്ളതോർത്ത് ജനങ്ങൾ പുസ്തകത്തിനായി കൈനീട്ടി.

'ഒരു കാര്യം ശ്രദ്ധിക്കുക. ഇത്രയും മിനുസമുള്ള പുസ്തകങ്ങൾ വെറുതെ തരുന്നത് ശരിയല്ലല്ലോ. അതിനാൽ സൗജന്യവില യ്ക്കാണ് ഇവ വിതരണം ചെയ്യുന്നത്.'

അപ്പോൾ കൈകൾ പിൻവലിഞ്ഞു.

ഒരാൾ പുസ്തകത്തിന്റെ പുറംചട്ടയിൽ വിരലോടിച്ചുനിന്നു.

'ഇതാ നിങ്ങളിലൊരാൾ സൗജന്യവിലയിൽ മഹത്തായ ഗ്രന്ഥ ങ്ങൾ സമ്പാദിക്കാൻ മുന്നോട്ടുവന്നിരിക്കുന്നു. സഖാവിന് ഏതു പുസ്തകമാണ് വേണ്ടത്?'

'കടം തരോ? വൈകുന്നേരം പണികഴിഞ്ഞ് വരുമ്പോൾ പണം തരാം.'

ആജാനുബാഹുവിനു കോപം വന്നു. അത് പുറത്തുകാണി ക്കാതെ പറഞ്ഞു.

'സഖാവ് തെറ്റിദ്ധരിക്കരുത്. പുസ്തകങ്ങൾ കടംവാങ്ങി വായി ക്കരുത്.'

അതോടെ ആളുകൾ പിരിഞ്ഞു.

പ്രത്യയശാസ്ത്രത്തിന്റെ പ്രതിസന്ധി ഓർത്ത്, ദുരിതകാലത്തെ ക്കുറിച്ചോർത്ത് വ്യാകുലപ്പെട്ട് ആജാനുബാഹു രണ്ടാംവട്ട പ്രഭാ ഷണം തുടങ്ങിയതും,

'നിർത്ത് നിന്റെ പുലമ്പൽ.'

ഇരുമ്പുകുടം വീഴുന്നതുപോലെ ശബ്ദം.

ആജാനുബാഹു പകച്ചുപോയതും ആ ശബ്ദത്തിന്റെ ഉടമസ്ഥൻ ചിരിച്ചു.

'നിനക്കൊന്നും വേറെ പണിയില്ലേ? മതിലുകൾ പൊളിഞ്ഞു പോയതൊന്നും അറിഞ്ഞില്ലേ? ഇപ്പോൾ അങ്ങോട്ടൊന്നും നോക്കാനേ വയ്യ.'

അവൻ കുള്ളൻ.

സർക്കസ് കോമാളിയുടെ വലിപ്പം മാത്രം. മുമ്പിലെ മേശമേൽ ഉയർന്നുനിൽക്കുന്ന കഷണ്ടി മാത്രമേ വ്യക്തമാകുന്നുള്ളൂ.

ആജാനുബാഹു കുനിഞ്ഞുനോക്കി.

കുറിയവന്റെ കണ്ണടയ്ക്കു പിറകിൽ പൊള്ളുന്ന നേത്രങ്ങൾ.

തടിയൻ പുസ്തകങ്ങൾ മാറോടണച്ചുനിൽക്കുകയാണവൻ.

ഓ ഇയാൾ ജീനിയസ്സാണല്ലോ.

പ്രിവല്യൂഷണറികളിൽ ബുദ്ധിജീവികളുടെയും തൊഴിലാളികളുടെയും സൗഹൃദനിര പടുത്തുയർത്തണമല്ലോ.

'ക്ഷമിക്കണം സഖാവേ. ജനങ്ങളെ കാണുമ്പോൾ ആവേശം സഹിക്കുന്നില്ല.' കുറിയവൻ ചിരിച്ചു. എല്ലാം അയാൾക്ക് അറിയാമായിരുന്നു:

'റിപ്പബ്ലിക്കുകൾ ചിതറിത്തെറിച്ചുപോയപ്പോൾ വികലമായ പ്രത്യയശാസ്ത്രപ്രയോഗങ്ങൾ കയറ്റി അയയ്ക്കുകയാണവർ. ഒരിക്കൽ കണ്ണാടിക്കൂട്ടിലായിരുന്ന പുസ്തകങ്ങൾ കപ്പലിൽ നിറച്ച് കടൽ കടത്തിവിടുന്നു. സീറോ സ്ട്രീറ്റിൽ പഴയ പുസ്തകം വിൽക്കുന്ന മാർവാഡിയുടെ ഗോഡൗണിനു മുമ്പിൽ അവ കുന്നുകൂടി കിടക്കുന്നത് കണ്ടതുമാണ്. മാർവാഡി ഇവനെ പറ്റിച്ചുകാണും. ഈ കോമ്രേഡുകൾ എത്ര പാവങ്ങൾ! മാർവാഡികളും ഇവരെ പറ്റിക്കുകയാണ്.'

കുറിയവൻ കണ്ണിറുക്കിപ്പറഞ്ഞു:

'ഇതുകൊണ്ട് കാര്യമില്ല ചങ്ങാതി. ഇതിപ്പോൾ മതങ്ങൾ പുതുജീവൻ കൊള്ളുന്ന കാലമാണ്. ആത്മീയത ചോരയിലൂടെ നക്ഷത്രങ്ങളെ തൊടുന്നു. രഹസ്യമായി ആയുധം വില്ക്കുന്നതല്ലേ നല്ലത്. തൽക്കാലം ഇതൊക്കെ കെട്ടിപ്പെറുക്കി പോകാൻ നോക്ക്.'

രണ്ട്

ആജാനുബാഹു ബാറിലേക്ക് നുഴഞ്ഞുകയറിയതേയുള്ളൂ.

അതാ ഒരു മൂലയിൽ കുറിയവൻ. കണക്കുകൂട്ടൽ പിഴച്ചില്ല ആജാനുബാഹുവിന്. അയാൾ സാൻവിച്ചും വീഞ്ഞും കഴിക്കുന്നു.

'ഹലോ.'

ആജാനുബാഹു അരികിലെത്തി.

കുറിയവൻ മുഖമുയർത്താതെ ഹലോ പറഞ്ഞു.

'ഇവിടെ ഇരിക്കുന്നതിൽ വിരോധമുണ്ടോ?'

മദ്യശാലയിലും വേശ്യാഗൃഹത്തിലും ഈ ചോദ്യത്തിന് എന്തു പ്രസക്തി.'

ആ ഉത്തരം ആജാനുബാഹുവിന് ഇഷ്ടമായി.

'ഓ, എന്തൊരു ജനങ്ങളാണ് ഇവിടത്തേത്. യാതൊരു വിപ്ലവബോധവുമില്ല.'

പുതിയ നടരാജന്മാർ വരുന്നത് കണ്ടില്ലേ? അവരോടൊപ്പം ആൺകുട്ടികളും പെൺകുട്ടികളും വിവസ്ത്രരായി നൃത്തം ചെയ്യുന്നത് കണ്ടില്ലേ? ഇതാണ് മോസ്റ്റ് മോഡേൺ റവല്യൂഷന്റെ വഴി.

ആജാനുബാഹു കുറിയ മനുഷ്യന്റെ ഭക്ഷണപ്പാത്രത്തിലേക്കു നോക്കി.

'നിങ്ങൾക്ക് സാൻവിച്ചാണോ കൂടുതൽ ഇഷ്ടം.'

'അതെ, മട്ടൺ സാൻവിച്ച്.'

'എനിക്കിത് വല്ലാത്ത ഭക്ഷണമാണ്. രണ്ടു വെളുത്ത പ്രതലങ്ങൾക്കിടയിൽ ഞെരിഞ്ഞമരുന്ന മാംസച്ചീള് മർദ്ദിതനായ തൊഴിലാളിയെ ഓർമ്മിപ്പിക്കും. സോസു പുരട്ടിയാൽ മർദ്ദിതന്റെ ചോരയുമായി... ഓ...'

'ഇത് ഏറെപ്പഴകിയ രോഗമാണല്ലോ. അമേരിക്കയിൽത്തന്നെ പോയി ചികിത്സിക്കേണ്ടിവരും.'

'ഞാൻ വൈനും കഴിക്കില്ല. എനിക്കിഷ്ടം റമ്മാണ്. പ്രോലിറ്റേറിയൻ കരുത്തുണ്ട് റമ്മിന്.'

ആജാനുബാഹു രക്തത്തിനും മാംസത്തിനും ഓർഡർ ചെയ്തു.

എരിവുള്ള ഭക്ഷണവും മദ്യവും.

ആവശ്യമുള്ളത് ഓർഡർ ചെയ്തോളൂ എന്നാണ് കുറിയ മനുഷ്യൻ പറഞ്ഞത്.

മദ്യം കുറേശ്ശെയായി മണംപിടിപ്പിച്ചു തുടങ്ങിയതും ആജാനബാഹു വിപ്ലവത്തെക്കുറിച്ച്, നഗരത്തിലെ ഗറില്ലാ സമരത്തെക്കുറിച്ച് ഒക്കെ സംസാരിച്ചുതുടങ്ങി.

അപ്പോൾ കുറിയവൻ റൊട്ടിക്കകത്തുനിന്ന് മാംസത്തിന്റെ ഒരു ചീള് പുറത്തെടുത്തു ചോദിച്ചു:

'വിപ്ലവകാലത്ത് ഈ മാംസം ജനങ്ങളുടേതാവില്ലെന്ന് എന്താണുറപ്പ്?'

പ്രത്യയശാസ്ത്രങ്ങളുടെ പേരിൽ ഒടുങ്ങാത്ത ചോരക്കുരുതികളെക്കുറിച്ച് കുറിയവനും സംസാരിച്ചു.

അപ്പോഴാണ് ഖദർ സാരിയുടുത്ത ഒരുവൾ ബാറിലേക്ക് കയറി വരുന്നത് ആജാനുബാഹുവിന്റെ ശ്രദ്ധയിൽപ്പെട്ടത്. പക്ഷേ, കുറിയവന് അവളിൽ ഒരു താത്പര്യവും തോന്നിയില്ല. ആജാനബാഹു അവളിലേക്ക് ചുവടുമാറി.

'മാഡം എനിക്കിവിടെ ഇരിക്കാമോ?'

'ഓ, തീർച്ചയായും.' ദേശാന്തരീയമായ വേശ്യാമൊഴിയിൽ അവൾ പറഞ്ഞു.

അവർ രാഷ്ട്രീയം സംസാരിച്ചുതുടങ്ങവേ കുറിയവന് വെടിമരുന്ന് മണത്തു.

'നമുക്കല്പം മദ്യം പങ്കിട്ട് കഴിച്ചാലോ?'

'എന്നിട്ട്?'

'എന്നിട്ടെന്ത്? മറകിട്ടിയാൽ ഈ നേരത്തും ഗറില്ല സമരമാകാം.'

ആജാനുബാഹു കണ്ണിറുക്കി ചിരിച്ചു.

പൊടുന്നനെ അവളുടെ ശൃംഗാരഭാവം വിസ്മയമായി.

വെളുത്ത തൊലിയുള്ള ഒരുവൻ അവളെത്തേടിവന്നു അപ്പോൾ.

'ഓ, സോറി കോമ്രേഡ്. എന്റെ ആൾ വന്നു. ഇന്ന് ഞാൻ എൻഗേജ്ഡാണ്.'

അവൾ അവന്റെ ചുമലിൽ തൂങ്ങി നടന്നു.

മൂന്ന്

ലഹരിയിൽ വീണുപോയതും ആജാനുബാഹു തന്റെ പോക്കറ്റിന്റെ കനം മറന്നിരുന്നു. കുറിയവനാകട്ടെ ബില്ല് രണ്ടായി പകുത്തു കൊണ്ടുവരാൻ ആവശ്യപ്പെടുകയും ചെയ്തു.

ആജാനുബാഹുവിന്റെ പ്രത്യയശാസ്ത്രവിചാരങ്ങളുടെ പതനം അവിടെ സംഭവിച്ചു.

വലിയ മനുഷ്യന്റെ കരച്ചിൽ ബാറിലാകെ മുഴങ്ങി.

അയാൾ കുറിയവന്റെ കാൽക്കൽ വീണു.

കൈവിടരുത് സഖാവേ...

അപ്പോൾ കുറിയവന് സഹതാപം തോന്നി.

ശരി ഞാൻ സഹായിക്കാം. പക്ഷേ, ഒന്ന് ചെയ്യണം. എന്നെ തലയിലേറ്റി എന്റെ തെരുവിൽ കൊണ്ടുവിടണം. എന്തു വിട്ടുവീഴ്ചയ്ക്കും വലിയവൻ തയ്യാറായിരുന്നു.

വായിച്ചതും പഠിച്ചതുമൊക്കെ പിഴച്ചുപോവുകയാണെന്ന് അയാളറിഞ്ഞിരുന്നു.

ബാറിൽനിന്നും പുറത്തിറങ്ങിയതും വലിയവൻ കുറിയവനു മുമ്പിൽ കുനിഞ്ഞിരുന്നു.

ആ കാഴ്ച ആളുകൾക്ക് വല്ലാതെ രസിച്ചു.

തെരുവുകുട്ടികളും യാചകരും അവരെ പിന്തുടർന്നു.

വലിയവന്റെ ചുമലിലിരുന്ന് കുറിയവൻ വിളിച്ചുപറഞ്ഞു.
സന്മനസ്സുകൾക്കും പീഡിതർക്കും സ്വർഗരാജ്യം.
റിപ്പബ്ലിക്കുകളിൽ സമാധാനം.
പതുക്കെപ്പതുക്കെ പാത നിറഞ്ഞുതുടങ്ങി.

(1986)

കോടീശ്വരൻ

കർഷകകുടുംബം ആത്മഹത്യ ചെയ്തു

കുറ്റിപ്പുറം: ഏപ്രിൽ 16. കാർഷികോൽപ്പന്നങ്ങൾക്കുണ്ടായ വിലത്തകർച്ചമൂലം കടക്കെണിയിൽ അകപ്പെട്ട കുടുംബം ആത്മഹത്യ ചെയ്തു. താനാളൂർ പൂന്തോട്ടത്തിൽ ദിവാകരൻ (43), ഭാര്യ വസന്തകുമാരി (36), മകൾ ദീപ (10), ദീപ്തി (8) എന്നിവരെ ഗുരുതരാവസ്ഥയിൽ താലൂക്ക് ആശുപത്രിയിൽ എത്തിച്ചെങ്കിലും ജീവൻ രക്ഷിക്കാനായില്ല. ഏകമകൻ ദിലീപൻ (15) അത്ഭുതകരമാംവിധം രക്ഷപ്പെട്ടു. മൃതദേഹങ്ങൾ പോസ്റ്റ്മാർട്ടത്തിന് ശേഷം ബന്ധുക്കൾക്ക് വിട്ടുകൊടുത്തു.

(പത്രവാർത്ത)

അവൻ ദിലീപൻ. വിഷം അകത്തുചെന്നിട്ടും ജീവിതത്തിലേക്ക് തിരിച്ചുവന്നവൻ. ആ സംഭവം നടന്നിട്ട് ആറുവർഷമായി. ദിലീപനാവട്ടെ പുള്ളിവെയിലുതാണ്ടി ഏകാന്തസഞ്ചാരത്തിലാണ്. നാട്ടുകാർക്കവൻ മനസ്സിന്റെ സമനില തെറ്റിയവൻ. ആശുപത്രിയിൽനിന്ന് മടങ്ങിവന്നശേഷം അവൻ ഒരേ ഇരിപ്പായിരുന്നല്ലോ. കല്ലിൽ കൊത്തിവെച്ചപോലെ ഒരേ ഇരിപ്പ്.

തോട്ടവും തൊടിയും അല്പാല്പമായി കൈവിട്ടുപോകുന്നത് അവനെ സ്പർശിച്ചതേയില്ല. അതൊക്കെ കടക്കാർക്ക് വേണ്ടിയായിരുന്നു. നാട്ടുമധ്യസ്ഥരെ അനുസരിച്ച് അവൻ രജിസ്റ്ററാപ്പീസിൽ ചെന്ന് ഒപ്പിട്ടുകൊടുക്കുകയായിരുന്നു. അപ്പോൾ മാത്രം നാട്ടുകാർ അവനെ ചിത്തഭ്രമം ബാധിച്ചവനയി കണ്ടില്ല.

ബാക്കിയായയത് വേലികെട്ടിത്തിരിച്ച ചെറിയൊരു മുറ്റവും വീടും അവിടേക്ക് ഇടുങ്ങിയ ഒരു നടപ്പാതയും മാത്രം.

പകൽനേരങ്ങളിൽ എവിടെ അലഞ്ഞുനടന്നാലും രാത്രിയായാൽ

ആ വീട്ടിലേക്ക് മടങ്ങിയെത്തിയിരുന്നു അവൻ. പേയ് ബാധിച്ച ആ വീട്ടിൽ പൊറുക്കരുതെന്നും, ആ വീട് ഉപേക്ഷിക്കാതെ ദീനം മാറി ല്ലെന്നുമൊക്കെ ആളുകൾ പറഞ്ഞു. പക്ഷേ, അവനതൊന്നും ചെവി ക്കൊണ്ടില്ല.

ചിത്തഭ്രമമില്ലെന്ന് അവനല്ലേ അറിയൂ.

ആ വീട് മാത്രമാണ് സ്വാസ്ഥ്യമെന്ന് അവനല്ലേ അറിയൂ.

അവിടെ അമ്മയുടെ ലാളന.

അച്ഛന്റെ മുഴക്കം.

കുഞ്ഞുപെങ്ങമ്മാരുടെ ചിരി.

രാത്രിയിൽ ഒക്കെ മടങ്ങിവരും. അവൻ ഒറ്റയ്ക്കല്ലാതാവും. പക ലുണരുന്നതോടെ അവരൊക്കെ ഇറങ്ങിപ്പോവുന്നു.

അയൽക്കാർ ഒന്നുമാത്രം അറിഞ്ഞു.

രാത്രിയായാൽ ആ വീട്ടിൽനിന്ന് സംസാരം കേൾക്കുന്നു എന്ന്.

എന്റെ ഭാഗ്യക്കുടം എന്നു പറഞ്ഞാണ് അമ്മ ദിലീപനെ നെഞ്ചോട് ചേർത്ത് പിടിച്ചിരുന്നത്.

പൂരം പിറന്ന പുരുഷൻ.

ജാതകം കേമമെന്ന് ശങ്കരപ്പണിക്കർ കുറിച്ചുകൊടുത്തതാണ്. കോടീശ്വരനാവാൻ വിധിയുണ്ടെന്നും പറഞ്ഞിരുന്നു പണിക്കര്.

ദിലീപന്റെ ജനനശേഷം വെച്ചടികയറ്റമെന്ന് ദിവാകരനും വിശ്വ സിച്ചു. പറമ്പിൽ വിളകൾ സമൃദ്ധം. എല്ലാറ്റിനും തീപിടിച്ച വില. കൊപ്ര മാത്രം വിറ്റപണംകൊണ്ട് ആണ്ടു മുഴുവൻ സുഖമായി കഴി യാം. പറമ്പിലെ ശുശ്രൂഷകൾക്കുള്ള പണം കുരുമുളക് വള്ളികൾ കായ്ച്ചുകൊടുത്തു. കൊട്ടടയ്ക്ക ചാലിശ്ശേരി അങ്ങാടിയിൽ കൊണ്ടുപോയി വിറ്റാൽ ആ പണം വക്കും മുനയും പൊട്ടാതെ എടുത്തുവെക്കാം. തൊഴുത്തിൽ പശുവൊന്ന് അമറിയാൽ മതി, പാൽപ്പത കവിഞ്ഞൊഴുകും.

തെങ്ങിലും കമുകിലും പൂക്കുല വിരിഞ്ഞാൽ, കുരുമുളക് തിരി യിട്ടാൽ കരാറുകാർ മുറ്റം വിട്ട് പോവില്ല.

'നിങ്ങള് നിക്കണ്ട മാപ്ലെ. കുരുമുളകും അടയ്ക്കീം എന്ന് പറ ഞ്ഞാല് സൊർണോം വെള്ളീം ആണ്. ആ വെലതരാൻ പറ്റ്വോ നിങ്ങക്ക്?'

ചെറിയ കുട്ടികൾ അന്നേരം പറമ്പിലെ പുള്ളിവെയിലിലൂടെ ഓടി ക്കൊണ്ടിരിക്കയാവും.

ഏക്കർ കണക്കിന് സ്ഥലമൊന്നുമില്ലായിരുന്നു പൂന്തോട്ടത്തിൽ ദിവാകരന്. എന്നിട്ടും സമൃദ്ധി. അതൊക്കെ മാഞ്ഞുപോയതും എത്ര പെട്ടെന്നാണ്. ഭരണകൂടത്തിന്റെ ഗൂഢാലോചനകൾ അളക്കാൻ കർഷകന് മാപിനികളില്ല.

ആഗോളവൽക്കരണം, ഉദാരവൽക്കരണം എന്നീ വാക്കുകൾ പത്രപംക്തികളിൽ നിറയുന്ന കാലം. അനുകൂലിച്ചും പ്രതികൂലിച്ചും എഴുത്ത്, ചർച്ച. അതിനിടയിൽ കർഷകൻ ദിനേ ദിനേ ശോഷിച്ചു കൊണ്ടിരുന്നു.

അങ്ങാടികളിലൊക്കെ യോഗങ്ങളും പ്രതിഷേധപ്രകടനങ്ങളും നടന്നു. പക്ഷേ, പ്രതിഷേധങ്ങളുടെ മുനയൊടിഞ്ഞുപോകലായിരുന്നു ദുർവിധി. ഇപ്പോഴും ഉശിരൻ നക്സലൈറ്റായിത്തന്നെ തുടരുന്ന അനന്തൻ നമ്പ്യാർ ചായക്കടയിലിരുന്ന് പറഞ്ഞിരുന്നല്ലോ. ഷക്കീലയുടെ രതിയിലും പെപ്സിയുടെ നുരയിലും നമ്മുടെ പ്രതിഷേധങ്ങൾ മുങ്ങിപ്പോകുന്നു എന്ന്.

തിരിച്ചറിയാതെപോയ കരച്ചിലായി പൂന്തോട്ടത്തിൽ ദിവാകരൻ. ഉള്ള സമ്പാദ്യംകൊണ്ട് കുറച്ചുനാൾ പിടിച്ചുനിന്നു. ഒക്കെ നേരെയാവുമെന്ന് പ്രതീക്ഷിച്ചു. തോട്ടം കരാറുകാരനെ അന്വേഷിച്ചുചെന്നു.

'ഞാൻ ആ കച്ചോടം നിർത്തി നായരേ. ഇനി ചൈനീസ് മാർക്കറ്റ് തൊടങ്ങലാ ലാഭംന്ന് ചെറ്യേ മോൻ പറയ്ണ്ണ്ട്. ശര്യാന്ന് എനിക്കും തോന്നി.'

ചാക്കിൽ കെട്ടിവച്ചിരുന്ന കൊട്ടടയ്ക്കയും കുരുമുളകും കിട്ടിയ വിലയ്ക്കു വിറ്റു ദിവാകരൻ. ഋതുചക്രം ഒന്ന് തിരിഞ്ഞുവന്നപ്പോഴേക്കും തീരാത്ത കടബാധ്യതകൾ. കടം നിറഞ്ഞ വീടുകളിലേക്ക് പലിശക്കാർ വരും.

പ്രലോഭനത്തിന്റെ ഇരകൊളുത്തി പല ദിക്കിൽനിന്നും ചൂണ്ടയെറിയും.

നിറഞ്ഞ ചിരി.

സ്നേഹം നിറഞ്ഞ വാക്ക്.

ആ ചൂണ്ട ഒരിക്കൽ വിഴുങ്ങിയവന് പിന്നെ മുക്തിയില്ല.

ദിവാകരനും അത് വിഴുങ്ങി.

എല്ലാം ചെറിയൊരു പത്രവാർത്തയിൽ ഒടുങ്ങി. ബാക്കിയായയവൻ ദിലീപൻ.

തോട്ടുവക്കത്ത് കുന്തിച്ചിരുന്നാൽ സൂര്യസഞ്ചാരമേ അവനറിയില്ല. കണ്ണിമവെട്ടുന്ന അനക്കംപോലും ഉണ്ടാവില്ല. അവന്റെ ശിരസ്സിലേക്ക് കൊറ്റിയും കാക്കയും പറന്നുവരും. എന്നാലുമില്ല അനക്കം. ബോധാബോധങ്ങളിലൂടെ മരിച്ചവനെപ്പോലെയും ജീവിക്കുന്നവനെപ്പോലെയും അവന്റെ ജന്മം.

അമ്പലമുറ്റത്തെത്തുമ്പോൾ ചുറ്റിലും കുട്ടികൾ. ആൽത്തറയിലാണ് ഇരിപ്പ്.

'ഹായ് ദിലീപേട്ടൻ വന്നു.'

'പ്രതിമമനുഷ്യൻ വന്നു.'

ചിരിക്കാത്ത

കരയാത്ത

അനങ്ങാത്ത പ്രതിമമനുഷ്യൻ.

'ദിലീപേട്ടനെ ചിരിപ്പിക്കാമോ?'

'ചിരിപ്പിക്കാമേ.'

കളിതമാശകൾ. പലതരം കോപ്രായങ്ങൾ. ദിലീപന്റെ ഓർമ്മകളിൽ സ്കൂൾ മുറ്റം വന്നു നിറയും. പക്ഷേ, ചിരിയില്ല.

'കരയിപ്പിക്കാമോ ദിലീപേട്ടനെ?'

'കരയിപ്പിക്കാമേ.'

അനങ്ങാപ്പാറതന്നെ. കല്ലും കട്ടയും ചെന്നുവീഴുന്നത് വെറുതെ. കാരമുള്ളിന്റെ മുന ഒടിയുന്നു. കൂരികൊണ്ടും പുല്ലാനികൊണ്ടും ഉണ്ടാക്കിയ വടികളും അതിൽ തട്ടി ഒടിയുന്നു. എന്നിട്ടും കരയുന്നില്ല ദിലീപൻ. ചിലപ്പോൾ കണങ്കാലിൽനിന്ന് ചോര പൊടിഞ്ഞെന്നിരിക്കും. ഒന്നുമറിയാത്തവരല്ലേ കുട്ടികൾ.

'ദിലീപേട്ടനെ ചലിപ്പിക്കാമോ?'

'ചലിപ്പിക്കാമേ.'

കുട്ടികൾ കാറ്റായി ആഞ്ഞുവീശുന്നു. ചുഴിഞ്ഞ് ചുറ്റുന്നു. ശില അനങ്ങുന്നതേയില്ല. മുതിർന്നവർ വന്ന് കുട്ടികളെ ആട്ടിപ്പായിക്കലാണ് പതിവ്.

ഒരുനാൾ അത് കണ്ടുനിന്നിരുന്നു പൊരുത്തുകാരൻ കുഞ്ഞാപ്പു. ഭൂമിക്കച്ചവടംകൊണ്ട് നല്ല ചുറ്റുപാടിലായിരുന്നു അവൻ.

ഭൂമിക്ക് വിലയിടിഞ്ഞതോടെ നിൽക്കക്കള്ളിയില്ലാതെ നഗരത്തിലേക്ക് ചേക്കേറി. വല്ലപ്പോഴും മാത്രം താനാളൂരിൽ പ്രത്യക്ഷപ്പെട്ടു.

ചിരിക്കാത്ത, ചലിക്കാത്ത ദിലീപന്റെ നില്പുകണ്ടപ്പോൾ പൊരുത്തുകാരന്റെ അന്വേഷണം പൂർത്തിയായപോലെ. അത്തരം ഒരാളെ തേടിപ്പിടിക്കാമോ എന്നായിരുന്നല്ലോ നഗരത്തിലെ പരസ്യക്കമ്പനിയുടെ ദല്ലാൾ കുഞ്ഞാപ്പുവിനോട് ചോദിച്ചിരുന്നത്.

പ്രതിമമനുഷ്യൻ തന്നെ ദിലീപൻ. നഗരത്തിലേക്ക് പോയ കുഞ്ഞാപ്പു മടങ്ങിവന്നത് വസ്ത്രവ്യാപാരിയുടെ വാഹനത്തിലാണ. ലോകപ്രശസ്തമായ വ്യാപാരചിഹ്നങ്ങളിൽ പുറത്തിറങ്ങുന്ന റെഡിമെയ്ഡ് വസ്ത്രങ്ങൾ വിൽക്കുന്ന വ്യാപാരശൃംഖലയുടെ ഉടമസ്ഥൻ.

വിലകൂടിയ സ്യൂട്ടണിഞ്ഞ രണ്ടുപേർ ആ വാഹനത്തിലുണ്ടായിരുന്നു. അവർ രണ്ടാളും വലിയ പെപ്സിക്കുപ്പികൾപോലെ. ആ കുപ്പികളിലൊന്ന് ദിലീപനെ ആശ്ലേഷിച്ചു. കുപ്പിയുടെ അടപ്പ് തെറിച്ചകലുന്ന മുഴക്കത്തിന്റെ ചിരി. കോളയുടെ നുരഞ്ഞുപതഞ്ഞ നദിയുടെ കുത്തൊഴുക്ക്. ആ നദിയിലൂടെയാണ് പ്രതിമ നഗരത്തിലേക്ക് ഒഴുകിയെത്തിയത്.

അപ്പോഴുമില്ലായിരുന്നു ദിലീപന് പ്രതികരണം.

നാട്ടുമധ്യസ്ഥരെ അനുസരിച്ചവൻ. പൊരുത്തുകാരെയും അനുസരിക്കുന്നു. മുഷിഞ്ഞ വസ്ത്രങ്ങൾക്കുപകരം അലങ്കാരങ്ങൾ തുന്നിച്ചേർത്ത രാജകീയ വേഷത്തിനകത്തേക്ക് അവന്റെ മെലിഞ്ഞ ശരീരത്തെ അവർ മാറ്റിപ്പാർപ്പിച്ചു. അന്നേരം ദേഹം വല്ലാതെ തടിച്ചുവീർത്തതുപോലെ. കവിളുകൾ തുടുത്തപോലെ. എല്ലാത്തരം ഫാഷനുകളും പ്രദർശിപ്പിക്കുന്ന പൾപ്പ് പ്രതിമകൾക്കിടയിൽ ദിലീപനെ നിർത്തി. എന്നിട്ട് ഇങ്ങനെയൊരു പരസ്യവാചകം.

ചിരിക്കാത്ത, കരയാത്ത, ചലിക്കാത്ത മനുഷ്യൻ. ഈ പ്രതിമമനുഷ്യനെ ചിരിപ്പിക്കുകയോ കരയിപ്പിക്കുകയോ ചലിപ്പിക്കുകയോ ചെയ്യുന്നവർക്ക് ഒരു കോടി രൂപ സമ്മാനം. സ്ഥലകാലങ്ങൾക്ക് അതീതമായ ഓർമ്മകളിലായിരുന്നു ദിലീപൻ. ആരോ അവന്റെ ചെവിയിൽ അടക്കിപ്പറയുന്നു:

വിധിയാണ് ദിലീപാ. തടുത്താൽ നിൽക്കില്ല ദിലീപാ. ശങ്കരപ്പണിക്കര് ഗണിച്ച ജാതകം പിഴയ്ക്കില്ല ദിലീപാ. നിന്നെവച്ച് കോടികളുടെ വിനിമയം നടക്കാതെ വയ്യ ദിലീപാ...

(2001)

ഉടലിലൂടെ

ഒരു മോഷ്ടാവ് ശരീരത്തിന്റെ ഏകാന്തമായ നഗ്നതയെക്കുറിച്ച് ആലോചിക്കുകയേ ഇല്ല. വിളയിറക്കാത്ത വയലുകൾ കാണുമ്പോൾ ഉപേക്ഷിച്ച് നടന്നകലുന്ന ആനക്കൂട്ടങ്ങളുടെ മനോഭാവമായിരിക്കും അവന്റേത്. പാഴ്മണ്ണിന്റെ ഗന്ധമറിഞ്ഞ് അതിൽ കൊമ്പാഴ്ത്തി ഇളക്കിമറിക്കുന്ന ഒറ്റയാന്മാരുണ്ട്. അവർ കവികളെപ്പോലെയായിരക്കും. മോഷ്ടാവും ഒറ്റയാൻതന്നെ. പക്ഷേ, അവന്റെ മനസ്സ് മണ്ണിളക്കിമറിക്കുന്നവന്റേതാവില്ല എന്നുമാത്രം.

ഒരു മോഷ്ടാവ് പെൺകിടാവിന്റെ കണ്ണുകളിൽ കാമം കത്തുന്ന പൊയ്കകൾ കാണില്ല. കവിളുകളിൽ വസന്തം വിരിഞ്ഞുനിൽക്കുന്നതോ, മുടിക്കെട്ടുകളിൽനിന്ന് കസ്തൂരിയുടെ ഗന്ധം വഴിയുന്നതോ അവൻ അറിയുകയേയില്ല. ഇന്ദ്രിയങ്ങളെ ഇച്ഛാശക്തിയുടെ അടിമളാക്കി നിർത്തലാണ് അവന്റെ വിജയം. അവൻ അന്വേഷിച്ചുകൊണ്ടിരിക്കുന്നത് ശരീരത്തെ അലങ്കരിച്ച സ്വർണവും രത്നങ്ങളും മാത്രം. രതിയുടെയും പ്രണയത്തിന്റെയും താപത്താൽ ഉണർന്നിരിക്കുന്നവളെയും അവനു വേണ്ട. വിലകൂടിയ ആഭരണങ്ങളുടെ ഭാരത്താൽ മരിച്ചപോലെ നിദ്രകൊള്ളുന്നവളെ അവന് ഏറ്റവും പ്രിയം. ആ ശരീരത്തിലേക്ക് എങ്ങനെ വാതിൽ തുറക്കും എന്നു മാത്രം ആലോചിച്ചുകൊണ്ട് അവൻ നടക്കും.

'നോക്ക് ആ തൈക്കിളവിയെ. നല്ല കാലത്ത് ഷക്കീലതന്നെ അല്ലേ?' എന്ന് കരുവാൻ രാമുട്ടി ചോദിച്ചപ്പോൾ കള്ളൻ കുമാരു ആലോചിച്ചത് രാമുട്ടിയുടെ കണ്ണിനെന്തോ കുഴപ്പമുണ്ടെന്നാണ്. നഗരപ്രാന്തത്തിലൂടെ നടന്നുപോകുമ്പോഴാണ് ഒരു വീടിന്റെ ഗേറ്റിൽ ആ കിഴവി നിൽക്കുന്നത് കണ്ടത്. മോഷ്ടാക്കൾക്ക് കള്ളത്താക്കോൽ ഉണ്ടാക്കിക്കൊടുക്കുന്ന കരുവാൻ ചിന്തിക്കേണ്ടത് ഈ വിധമൊന്നുമല്ലെന്ന് കുമാരുവിന് തോന്നി. കാണേണ്ടതല്ല അവൻ കാണു

ന്നത്. കുമാരുവിന് രാമൂട്ടിയെ വലിയ വിശ്വാസമായിരുന്നു. കള്ള ത്താക്കോലുണ്ടാക്കാൻ അവനോളം കേമനായി മറ്റൊരാളില്ല.

ഷക്കീലച്ചിത്രങ്ങളൊക്കെയും രാമുട്ടി വിടാതെ കാണും. ചില പ്പോഴൊക്കെ കുമാരുവിനെയും വിളിച്ചുകൊണ്ടുപോവും. കുമാരു വിന് ഷക്കീലയുടെ രതിയിലും പൊറുതികിട്ടിയില്ല. വീട്ടാക്കടങ്ങ ളെക്കുറിച്ചുള്ള ആകുലതകളായിരിക്കും അപ്പോഴും അവൻ പങ്കി ടുക. പോക്കറ്റടിക്കാരൻ അന്ത്രുമാന് കൊടുക്കാനുള്ളത് ഒരു മാസം കൊണ്ട് വീട്ടണം. അവന്റെ പെങ്ങളുടെ കല്യാണം ഉറപ്പിച്ചതാണ്. ഷക്കീലച്ചിത്രങ്ങൾ കണ്ടുകഴിഞ്ഞാൽ ആ രാത്രി എത്രതവണ വികാ രവിസർജനം നടത്തിയന്ന് രാമുട്ടി പറഞ്ഞുകൊടുക്കാറുണ്ട് കുമാ രുവിന്. അവനാകട്ടെ അങ്ങനെയൊരു വികാരംതന്നെ ഉണ്ടെന്ന് അറി യുന്നില്ല.

നേരാംവണ്ണം ജീവിക്കാൻ പറ്റാത്തതിന്റെ പങ്കപ്പാടുകൾ രാമുട്ടി യെയും കുമാരുവിനെയും അലട്ടിയിരുന്നു. കളവുമുതലുകൾക്ക് ഒരി ക്കലും അവ അർഹിക്കുന്ന വില കിട്ടില്ല. ലാഭം എല്ലായ്പ്പോഴും ഇടത്തട്ടുകാർക്കും വ്യാപാരികൾക്കുമാണ്. അതിനാൽ കോഹിനൂർ രത്നം മോഷ്ടിച്ചാലും കള്ളന് കിട്ടുന്ന വിഹിതം അന്നന്നത്തെ അപ്പത്തിനേ തികയൂ.

മോഷണം നടത്താനായി നല്ലൊരു വീട് കണ്ടെത്തുന്നതിനെക്കു റിച്ചുള്ള ആകുലതകളുമായി നടക്കുമ്പോഴാണ് ആ കിഴവിയെ കണ്ട ത്. വാർധക്യം മറച്ചുവെക്കാനുള്ള ശ്രമം നടത്തിയിരുന്നു അവർ. എല്ലാ സായാഹ്നങ്ങളിലും പടിവാതിലിനരികെ നിന്ന് വഴിപോ ക്കർക്ക് ഹൃദ്യമായ ചിരി സമ്മാനിച്ചിരുന്നു. ചന്തമുള്ള പൂക്കൾ നിറഞ്ഞ മാക്സിയായിരുന്നു അവരുടെ വേഷം. ചുണ്ടുകൾ ചുവ പ്പിക്കുകയും കൈയിലും കഴുത്തിലും ധാരാളം ആഭരണങ്ങൾ അണിയുകയും ചെയ്തിരുന്നു. അവരെക്കുറിച്ച് കൂടുതൽ അറിയാൻ കുമാരുവിനെ പ്രേരിപ്പിച്ചത് ആഭരണങ്ങൾതന്നെ.

പിന്നീടെന്നും കുമാരു ആ വഴി നടന്നു. കിഴവിയിൽനിന്ന് ഹൃദ്യ മായ ചിരി ഏറ്റുവാങ്ങി.

ആ കിഴവി താമസിക്കുന്ന വീടിനെക്കുറിച്ചും ശരിക്കും പഠിക്ക ണമായിരുന്നു കുമാരുവിന്. ആഭരണങ്ങൾ സ്വർണവും രത്നങ്ങ ളുംതന്നെയാണോ എന്നറിയണമെങ്കിൽ കുടുംബപശ്ചാത്തലംകൂടി പഠിക്കണം. അല്ലെങ്കിൽ കൊള്ളമുതൽ മുക്കുപണ്ടമാവും.

ആ സ്ത്രീക്ക് മക്കളില്ലെന്നും വലിയ സമ്പത്തിന്റെ ഉടമയാ

ണെന്നും കുമാരു കണ്ടെത്തി. അന്ത്രുമാന്റെ കടം വീട്ടാൻ ആ വീട് മതി.

കിഴവിയുടെ ശാന്തമായ ഉറക്കം പ്രതീക്ഷിച്ചാണ് കുമാരു ആ വീട്ടിലക്ക് പ്രവേശിച്ചത്. വീട്ടിലെ വെളിച്ചം മുഴുവൻ കെടുത്തിക്കളയാൻ ശ്രമിച്ചിട്ടും ഒരു മുറിയിലെ വെളിച്ചം മാത്രം അണയാതെ നിൽക്കുകയാണെന്നും അവിടെ ആ കിഴവി വേദപുസ്തകം വായിച്ചുകൊണ്ടിരിക്കുകയാണെന്നും പേടിയോടെ കുമാരു തിരിച്ചറിഞ്ഞു.

കടംവീട്ടാനായി മറ്റൊരു വാതിൽ തുറന്നുചെല്ലാനുള്ള പ്രയാസം നന്നായറിയാവുന്നതിനാൽ ഒരു മൽപ്പിടുത്തത്തിലേക്ക് നീങ്ങാതെ മറ്റുവഴിയില്ലെന്നായി.

ആ മൽപ്പിടുത്തത്തിൽ കൈകൾ സൗമ്യമായ മാംസളതയിലേക്ക് ആഴ്ന്നുപോകുന്നതിന്റെ അനുഭൂതിയിൽ കുമാരിന്റെ നിലതെറ്റി. ഉടലാൽ ചതിക്കപ്പെട്ടു. വാർദ്ധക്യത്തിന്റെ ആഴത്തിലൂടെ യൗവനത്തേയും ഷക്കീലയേയും തൊടാനുള്ള ആർത്തിയാൽ കുമാരു ഊളിയിട്ടു.

കിഴവിയുടെ ശരീരത്തിൽനിന്ന് ഒരുതരി സ്വർണംപോലും പറിച്ചെടുക്കാതെ പിൻവാങ്ങിയപ്പോൾ കുമാരുവിന് തന്റെ ഉടലിനോട് അറപ്പുതോന്നി. അന്നേരം കിഴവി ഉറക്കെ കരയും എന്ന ഭയത്താൽ കുമാരു കത്തി വലിച്ചൂരി അവർക്കുനേരെ ചൂണ്ടിയതും കിഴവിയുടെ വിറയ്ക്കുന്ന കരം തലയണയ്ക്കടയിൽനിന്ന് താക്കോൽക്കൂട്ടം എടുത്ത് കുമാരുവിന് നീട്ടി. എന്നാൽ അത് വാങ്ങാൻ നിൽക്കാതെ വെളിച്ചത്തിൽനിന്ന് കുമാരു ഓടിപ്പോയി. കിഴവിയാകട്ടെ ഒച്ചവെച്ചതുമില്ല.

നിവർത്തിയ കത്തിയുമായി ഏറെദൂരം ഓടിയ കുമാരു, നഗരത്തിലേക്ക് പ്രവേശിക്കുന്ന പാലത്തിലെത്തിയപ്പോൾ ഓട്ടം മതിയാക്കി. കത്തി നദിയിലേക്കെറിഞ്ഞു. ആ രാത്രിയിൽ എങ്ങോട്ട് പോകണമെന്ന് കുമാരുവിന് നിശ്ചയമില്ലായിരുന്നു. കടപ്പെരുക്കങ്ങളുടെ കെണിയിൽതന്നെ വീണ്ടും മസ്തിഷ്കം കുരുങ്ങിപ്പോയി.

നഗരമാലിന്യം വന്നടിഞ്ഞ്, ദുർഗന്ധം നിറഞ്ഞുകവിയുന്ന നദിയിൽ അങ്ങിങ്ങ് വെളിച്ചം വീണുകിടക്കുന്നതും നോക്കി കുമാരു നിന്നു.

ദൈവമേ ഉടൽ ചതിക്കാൻ തുടങ്ങിയാൽ കള്ളന്റെ ജന്മത്തിന് പ്രസക്തിയെന്ത്?

(2001)

രക്തവിഷാദം

വൃദ്ധരായിക്കഴിഞ്ഞ ഒരു സ്ത്രീയുടെയും പുരുഷന്റേയും അലച്ചിലുകളെ വിജനമായ വഴികളിൽപോലും ആരും പിൻതുടർന്നേക്കില്ല. വാർദ്ധക്യത്തിന് രതിയെക്കുറിച്ചുള്ള സംശയങ്ങളാൽ മലിനമാക്കപ്പെട്ട ചോദ്യങ്ങളെയും വിചാരണകളേയും നേരിടേണ്ടതില്ല.

മലമുകളിലേക്കുള്ള ആദ്യത്തെ ചുരത്തിൽ ബസ്സ് വല്ലാതൊന്നുലഞ്ഞ്, ഒരു മാത്ര നിന്ന് മുന്നോട്ടു കുതിക്കുമ്പോൾ അയാൾ പറഞ്ഞു.

'ഈ വാർദ്ധക്യത്തിനുവേണ്ടിയാണ് ഞാൻ കാത്തിരുന്നത്. ഈ യാത്രയ്ക്കുവേണ്ടിയാണ് ഞാൻ പ്രാർത്ഥിച്ചതും.'

അയാളുടെ ചുമലിൽ ചാരിക്കിടന്ന് ഉറങ്ങുകയായിരുന്ന സ്ത്രീ പെട്ടെന്ന് പിടഞ്ഞുണർന്ന് ചോദിച്ചു:

'എന്തേ പറഞ്ഞത്?'

ആ ചോദ്യത്തോടൊപ്പം അവളുടെ കണ്ണട മടിയിലേക്ക് ഊരി വീണു. ആ കണ്ണുകളിലേക്കുതന്നെ അയാൾ നോക്കി. അവിടെ നര ബാധിച്ചിട്ടില്ല. ആദ്യമായി ആ കണ്ണുകളെ അഭിമുഖീകരിച്ച ദിനത്തിലെ അതേ തീവ്രത.

ആ കണ്ണട എടുത്തുകൊടുക്കുമ്പോൾ അയാൾ പറഞ്ഞു:

'മറന്നുപോയി.'

'എന്തേ മറന്നത്?"

'എന്തേ ചോദിച്ചത്?'

'ഒന്നുമില്ല.'

അതു പറഞ്ഞ് അവൾ വീണ്ടും അയാളുടെ ചുമലിലേക്കുതന്നെ ചാഞ്ഞു.

അയാൾ വിചാരിച്ചു - ഭയം ഗ്രസിച്ചിട്ടില്ലാത്ത ഈ യാത്ര എത്ര ഭാരരഹിതമാണ്.

ഇവർ കൗമാരത്തിലേ പ്രണയബദ്ധരായവർ.

മരം.

പറവ.

ജലം.

കാറ്റ്.

പ്രണയത്തിന് പല സാക്ഷ്യങ്ങൾ.

മനുഷ്യർക്ക് മുമ്പിലൂടെ അവർ അരൂപികളായി സഞ്ചരിച്ചു.

കുന്നു കയറി... പുഴ കടന്ന്... നാട്ടുവഴികൾ പിന്നിട്ടു. എന്നിട്ടും അവർ പ്രണയം പിരിഞ്ഞ് വിവാഹിതരായി. സാമൂഹികമായ വിലക്കുകളെ നേരിടാനുള്ള പേടിയാണ് വഴിപിരിയാൻ അവരെ പ്രേരിപ്പിച്ചത്.

പക്ഷേ, വേറിട്ട് ജീവിച്ച ആ ലോകങ്ങളിൽ അവർക്ക് വിശ്രാന്തി കിട്ടിയില്ല. വിശ്രാന്തിയെകകുറിച്ചുള്ള ഒടുങ്ങാത്ത ചോദ്യങ്ങൾക്കൊക്കെയും ഉത്തരം പ്രണയം മാത്രമായിരുന്നു.

അകന്നുപോയ ദൂരങ്ങൾ താണ്ടി പ്രണയത്തിലേക്ക് മടങ്ങിയെത്തിയപ്പേഴേക്കും അവരുടേത് കണ്ണടയണിഞ്ഞ മധ്യവയസ്കത.

മക്കളൊക്കെ വളർന്നുകഴിഞ്ഞു. തീവ്രമായ പ്രണയത്തിലൂടെ അരൂപികളാവാനുള്ള സിദ്ധി നഷ്ടപ്പെട്ടതിനാൽ പല പേടികൾ അവരെ നായാടി.

ഈ യാത്രയിൽ പക്ഷേ, യാതൊരു പേടിയും അലട്ടുന്നില്ല.

അവളുടെ ഏറ്റവും ഇളയ മകളും വിവാഹിതയായി വീട് വിട്ടുപോയപ്പോൾ-

അയാൾ ചോദിച്ചു:

'ഇത്രയും കാലം മാറ്റിവെച്ച ആ യാത്രയ്ക്ക് സമയമായല്ലോ, അല്ലേ?'

'അതെ. ഇനി വിളിച്ചോളൂ, ആ മലമോളിലേക്ക് ഞാൻ വരും.'

ബസ് ഉയരങ്ങൾ പിന്നിടുന്തോറും താഴ്വരയുടെ കൃഷ്ണവർണത്തിന് സാന്ദ്രതയേറി. കൃഷ്ണവർണത്തിനുമേൽ കോട്ടയുടെ ശുഭ്രത അമർന്നൊതുങ്ങുന്നു.

അവളുടെ നരച്ച മുടിയിൽ വിരലോടിച്ച് അയാൾ ചോദിച്ചു:

'തണുപ്പടിക്കുന്നുണ്ടോ? ഷട്ടർ താഴ്ത്തണോ?'

'വേണ്ട.'

യൗവനത്തിന്റെ ആദ്യനാളുകളിലെ ചുറ്റിനടത്തത്തിന്റെ കാലത്ത് ഈ താഴ്‌വര അയാൾ കണ്ടെത്തിയിട്ടുണ്ട്. കുന്നിന്റെയും ആകാശത്തിന്റെയും ഇടയ്ക്കുള്ള അകലത്തിന്റെ അനുപാതമായിരുന്നു ആ ഭൂപ്രദേശം അയാൾക്കു നൽകിയ വിസ്മയം. ആകാശം അത്രമേൽ താഴ്ന്നുകൊടുക്കുന്നത് മറ്റൊരിടത്തും അയാൾ കണ്ടിട്ടില്ലായിരുന്നു.

ആ താഴ്‌വരയിലെ പാറക്കൂട്ടങ്ങൾക്കിടയിലൂടെ ഒഴുകുന്ന ജലത്തിന് വല്ലാത്ത മൂർച്ചയായിരുന്നു.

ഒഴുക്കുജലം ഉളികളായി പാറകളിലെമ്പാടും ശില്പങ്ങൾ കൊത്തിവെച്ചു.

വേനലുകളിൽ ആ ശില്പങ്ങൾ വെളിപ്പെടും. അവയുടെ ഫോട്ടോ എടുക്കാനായി ഈ താഴ്‌വരയിൽ എമ്പാടും അലഞ്ഞുനടന്നിട്ടുണ്ട് അയാൾ.

കുന്നോളം ഉയരമുള്ള പാറകൾക്കു മുകളിൽ പുരാതനമനുഷ്യർ ശിലാപാളികൾകൊണ്ടുതീർത്ത വീടുകൾ ഉണ്ടായിരുന്നു.

അവളെ വിവാഹം കഴിച്ചതിനുശേഷം ആദ്യമായി യാത്ര ചെയ്യേണ്ടത് ഈ താഴ്‌വയിലേക്കാണെന്ന് പ്രണയത്തിന്റെ നാളുകളിൽ അയാൾ ആഗ്രഹിച്ചിരുന്നു; ശിലാഗൃഹത്തിന്റെ ഗന്ധത്തിലൂടെ അവളുടെ ശരീരത്തെ അറിയണമെന്നും. സംഘകാലത്തെ കുറിഞ്ഞിനിലമായിരുന്ന ആ ഭൂപ്രദേശത്തിന്റെ പ്രണയഗീതങ്ങൾ വളരെ പഴക്കമുള്ളതായിരുന്നു. താഴ്‌വരയിലേക്ക് അലയാൻ വന്ന ഒരു തമിഴ് പ്രൊഫസർ ഈ ഗീതങ്ങൾ അയാൾക്ക് ചൊല്ലിക്കൊടുത്തിട്ടുണ്ട്.

മധ്യാഹ്നത്തിൽ ബസ്സിറങ്ങി, സത്രത്തിൽ മുറിയെടുത്തശേഷം യാത്രാക്ഷീണം തീർക്കുംമുമ്പ് അയാൾ ആ ഗീതങ്ങൾ ഓർത്തു. അപ്പോൾത്തന്നെ അവളേയും കൂട്ടി പാറയുടെ അടിവാരത്തിലേക്ക് യാത്ര ചെയ്തു.

ആദ്യമായി ഈ താഴ്‌വരയിലെത്തിയ കാലത്ത് പാറയുടെ അടിവാരത്തൊക്കെ ചന്ദനക്കാടുകളായിരുന്നു.

കാൽനൂറ്റാണ്ടുകൊണ്ട് ഒക്കെ മാറിപ്പോയി.

പാറയ്ക്കു മുകളിൽ ഒരു ദേവാലയം.

അവിടേക്ക് പാറയിൽ കൊത്തിയെടുത്ത പടവുകൾ.

ചന്ദനമരങ്ങളുടെ സ്ഥാനത്ത് കൗതുകവസ്തുക്കളും പൂജാദ്രവ്യ

ങ്ങളും വിൽക്കുന്ന, തകരം മേഞ്ഞ പീടികകൾ.

താഴ്വരയിലെത്തിയ ഒരു ഭ്രാന്തൻ പുരാതന മനുഷ്യരുടെ ഒരു വീടിനകത്ത് വിഗ്രഹംവെച്ച് പൂജിച്ചിരുന്നത് അയാൾ ഓർക്കുന്നുണ്ട്.

ആ വിഗ്രഹമായിരിക്കണം പൗരാണികമായ അടയാളങ്ങളെ മായ്ച്ചു കളഞ്ഞത്. ജ്ഞാനികളായ ഭ്രാന്തന്മാർ മരിക്കുമ്പോൾ ജനതയുടെ കേവലമായ ഉന്മാദം ആരംഭിക്കുന്നു. ഉന്മാദങ്ങളിൽനിന്നാണ് ദേവാലയങ്ങൾ പിറക്കുന്നത്.

'ഞാൻ അന്വേഷിച്ചുവന്നത് ഇതൊന്നുമല്ല. എന്നാലും പടവുകൾ കയറി നോക്കാം.'

'വേണ്ട. മുമ്പത്തെ ഒരു വീഴ്ചയെപ്പറ്റി ഞാൻ പറഞ്ഞിരുന്നില്ലേ? ആ പരിക്ക് ശരിക്കും മാറീട്ടില്യ. കയറ്റം കയറുമ്പോൾ നീര് വരണ്ണ്ട്. മടങ്ങിപ്പോകാൻ പ്രശ്നമായാലോ?'

ഓട്ടോറിക്ഷയിൽ ഇരിക്കുമ്പോൾ അവൾ പറഞ്ഞു:

'പടി കയറണംന്ന് ഉണ്ടായിരുന്നോ? താഴെ കാത്തുനിൽക്കാൻ വെഷമമണ്ടായ്ര്ന്ന്ല്യ എനിക്ക്.'

അയാൾ മറുപടി പറഞ്ഞില്ല.

'നമുക്ക് വയസ്സായി അല്ലേ?'

വയസ്സായി എന്ന് അയാൾ തന്നോടുതന്നെ ചോദിക്കുന്നു.

എന്താണ് വാർദ്ധക്യത്തിന്റെ നേര്?

എന്താണ് അതിന്റെ നിർണയം?

വയസ്സാവുന്നു എന്നു വിലപിച്ച് ഒരു സഹപ്രവർത്തക എഴുതിയ കത്ത് അയാൾക്ക് ഓർമ്മ വന്നു. വളരെനാൾ മുമ്പൊന്നുമല്ല. അതിനു മറുപടിയായി ചില ഭൂഭാഗങ്ങളെക്കുറിച്ചുള്ള ഉപമകൾ കുറിച്ചയച്ചു. ഭൂമിയുടെ ചർമ്മത്തെ മാത്രം നിരീക്ഷിച്ചുകൊണ്ട് തെളിവാർന്ന ജലത്തിന്റെ സ്രോതസ്സുകളെക്കുറിച്ച് എങ്ങനെ പ്രവചിക്കും?

ഉറവകളിലേക്ക് കുഴിച്ചു കുഴിച്ച് ചെല്ലുക. ഒടുവിൽ ആയുധം താഴെവെക്കും മുമ്പുതന്നെ ഇരുമ്പിന്റെ അഗ്രം ഏതോ ഒരു ശിലാപാളിയിൽ തട്ടുമ്പോൾ മുഖത്തേക്ക് ചീറ്റിത്തെറിക്കുന്ന മണ്ണിന്റെ ചോരയുടെ നിറവിൽ കുളിച്ചുകൊണ്ട് നിൽക്കുമ്പോൾ യൗവനത്തിന്റെ ശീൽക്കാരം കേൾക്കാറാവുന്നു.

രാത്രി ഉറങ്ങാൻകിടക്കുമ്പോൾ 'നമുക്ക് വയസ്സായി അല്ലേ?' എന്ന് അവൾ വീണ്ടും ചോദിച്ചപ്പോൾ കിണറു കുഴിക്കുന്നവന്റെ ഉപമ

പറഞ്ഞു.

അവൾ നെഞ്ചോടു കൈ ചേർത്ത് ചോദിച്ചു;

'ഈ മണ്ണിന്റെ എത്ര താഴ്ചയിലാണ് ആ ജലം?'

അതിനു മറുപടിയായി അയാൾ ചോദിച്ചത് മറ്റൊന്നാണ്;

'ഉറങ്ങാൻ കിടക്കുമ്പോഴും കണ്ണട വേണമെന്നുണ്ടോ?'

'അയ്യോ ഞാനതു മറന്നു.'

അയാൾതന്നെ ആ കണ്ണട ഊരിവെച്ചു.

ആ നേത്രങ്ങളുടെ വൈഢൂര്യത്തിളക്കത്തിലൂടെ അയാൾ ജലത്തിന്റെ ഉറവിടം അന്വേഷിച്ച് യാത്ര ചെയ്തു.

അനാഥമായ വർഷങ്ങൾ മാഞ്ഞുമാഞ്ഞുപോയി. ഒടുവിൽ.

ശിലാപാളികൾ ഒന്നടർന്നതും ജലത്തിന്റെ സർപ്പശീൽക്കാരം.

പിന്നെ അവൾ നന്നേ പ്രയാസപ്പെട്ട് കിടക്കയിൽ എഴുന്നേറ്റിരുന്നപ്പോൾ അയാൾ ശ്രദ്ധിച്ചത് കിടക്കവിരിയുടെ ശുഭ്രതയിൽ അങ്ങിങ്ങായി ചിതറിക്കിടക്കുന്ന രക്തപ്പാടുകളാണ്.

വല്ലാത്തൊരു പേടി അന്നേരം അയാളെ ബാധിച്ചു.

'എന്താണിത്?'

പരിഭ്രാന്തിയോടെ അയാൾ ചോദിച്ചു.

'ഞാൻ കാത്തുസൂക്ഷിച്ച പ്രണയസത്യം.'

അതുപറഞ്ഞ് അവൾ ജനലരികിലേക്കു നടന്നു. ജനൽപ്പാളി തുറന്നതും വന്യമായ കാറ്റിൽ അത് വലിയ ശബ്ദത്തോടെ അടഞ്ഞു. വീണ്ടും തുറന്നപ്പോഴും അതേ ആവർത്തനം. ചില്ലുപാളിയിലൂടെ അവൾ ഉദ്യാനത്തിന്റെ വെളിച്ചവൃത്തത്തിനും അപ്പുറത്തുള്ള ഇരുട്ടിന്റെ താഴ്‌വരകളെ നോക്കിനിന്നു.

അയാളാകട്ടെ, കഠിനമായ വിഷാദത്തോടെ രക്തത്തിന്റെ അടയാളങ്ങളിലേക്കും.

(2002)

കോട്ട

മൗളേശ്വർ പൂജാരി മണ്ണടിഞ്ഞു എന്നു വിശ്വസിക്കാൻ എനിക്കിഷ്ടമല്ല. പൗരാണികമായ കോട്ടയ്ക്കകത്തുനിന്ന് പ്രതിമയായി ഉയർന്നുനിൽക്കുന്നതും കാറ്റിനെ അതിജീവിച്ചുകൊണ്ട് ഒരു പ്രളയം മുഴുവൻ ശിരസ്സിലൂടെ അപ്രത്യക്ഷമാകുന്നതും... ഞാനങ്ങനെയേ വിശ്വസിക്കൂ.

മലയിൽനിന്ന് താഴേക്കിറങ്ങാൻ പറ്റാത്ത വാർദ്ധക്യത്തിലൂടെ ദിനേദിനേ മെലിഞ്ഞുകൊണ്ടിരിക്കുന്ന ആ മനുഷ്യനെ ഞാൻ അവസാനമായി കണ്ടിട്ട് ഒരു വ്യാഴവട്ടത്തിലേറെയായി. എന്നാൽ, ആ മെലിച്ചിലിന് കൊടുങ്കാറ്റിനോടു കുതറുന്ന സ്തംഭമായി നിൽക്കാൻ കഴിയുമെന്ന് എനിക്ക് തോന്നിയിട്ടുണ്ട്. പടിഞ്ഞാറൻ ഡെക്കാനിലെ അതീവ വൈവിധ്യവും ഗോത്രവിശ്വാസങ്ങളിലേക്കു വേരാഴ്ത്തുന്നതുമായ ജീവിതത്തിന്റെ ആത്മീയതയത്രയും ആ സ്തംഭത്തിൽ ഉറഞ്ഞുകിടപ്പാണ്.

സൗന്തത്തിയിലെ കോട്ടയിലായിരുന്നു ആ മനുഷ്യൻ.

കോട്ടയിൽ അകപ്പെടുമ്പോൾ ഒരു മനുഷ്യൻ അവനുചുറ്റും കോട്ട തീർക്കും. പിന്നെ സ്വയം കോട്ടയായി മാറുകയും ചെയ്യും.

സൗന്തത്തിയിലെ കോട്ടകളെല്ലാം രാജവംശങ്ങളുടെ പ്രതാപകാലത്തിന്റെ ഓർമ്മകളാണ്. ഓർമക്കല്ലുകളെല്ലാം ചുവപ്പുരാശി കലർന്നവ. അവ എല്ലായ്പ്പോഴും അസ്തമയത്തിന്റെ വെളിച്ചത്തിലാണ് എന്ന് തോന്നും. കാരണം, സൂര്യവെളിച്ചത്തിന്റെ ഉയർച്ചതാഴ്ചകൾ ഒരേ മട്ടിലാണ് ആ കല്ലുകളിൽ പ്രതിഫലിക്കുക.

ബദാമി ചാലുക്യരിൽനിന്ന് നായ്ക്കരിലേക്കും പിന്നെ ലിംഗായത്തരിലേക്കും നീളുന്ന വംശപരമ്പരകളിൽ വാസ്തുശില്പത്തിന്റെ പല വൈവിധ്യവുമായി പലതരം കോട്ടകൾ.

കോട്ടകൾ എല്ലാമിന്ന് അനാഥം.

ഒന്നും സർക്കാർ മന്ദിരങ്ങളായില്ല. ഭ്രാന്തമായ ഏകാന്തതയിൽ അവ ആകാശത്തോടു സംസാരിച്ചു.

കോട്ടയിലേക്കുള്ള വഴി പേടിപ്പെടുത്തുംവിധം വിജനമായിരുന്നു. മുകളിലേക്കു കയറുന്തോറും പട്ടണത്തിന്റെ ഒച്ചകളും വിദൂരതയിൽ അലിഞ്ഞുപോയി. കോട്ടകളിലെ പെരുത്ത ഏകാന്തത കള്ളന്മാരെയും ഭയപ്പെടുത്തി. അതിന്റെ അറകൾ അവർക്കും വേണ്ടാതായി.

ഏറ്റവും മുകളിലേക്കുള്ള പടവുകൾ കയറുമ്പോൾ ഹാർമോണിയത്തിന്റെ വിഷാദം നിറഞ്ഞ ശബ്ദത്തിൽ ഞാൻ തരിച്ചുനിന്നു. കോട്ടയിൽ അങ്ങനെയൊരു സംഗീതം ഞാൻ പ്രതീക്ഷിച്ചിട്ടില്ല. അതിന്റെ ഉറവിടം അന്വേഷിച്ച് സംഗീതത്തിന്റെ പടവുകളിലൂടെ ഞാൻ മുകളിലെത്തി. സംഗീതത്തോടൊപ്പം അഭൗമമായ സുഗന്ധവും ഒരു അറയിലേക്ക് എനിക്ക് വഴികാണിച്ചു.

എന്റെ കാൽപ്പെരുമാറ്റം അറിഞ്ഞതും സംഗീതം നിലച്ചുപോയി.

ആ അറയിൽ വൃദ്ധനായ പൂജാരി.

പൂജാരിയുടെ മുമ്പിൽ ഹാർമോണിയം വായിച്ചിരുന്ന ആൾ അല്പം പകച്ചുമാറിയിരുന്നു.

ആ മുറിയിൽ നിറയെ സംഗീതോപകരണങ്ങളായിരുന്നു. പല കാലങ്ങളുടെ നിർമ്മിതികൾ. അലഞ്ഞും അന്വേഷിച്ചും നടന്നുപോയ മഹാഗായകരുടെ മുദ്ര ചാർത്തി ശയിക്കുന്നവ.

ആരെങ്കിലുമൊന്നു തൊട്ടാൽ മതി, പോയകാലത്തിന്റെ ഒച്ചകൾ പൂത്തുനിറയും.

മൗളേശ്വർ പൂജാരിക്കു തീരെ വയ്യ. ചെവി ശരിക്കും കേൾക്കില്ല. ആ ഏകാന്തത പൂജാരിയുടെ വിധിയായിരിക്കണം.

മലയിറങ്ങാൻ അനുവദിക്കാത്ത ഒരു ദേവചൈതന്യം ആ കോട്ടയിൽ പൂജാരിയെ പിടിച്ചുനിർത്തുന്നു.

രാജവംശത്തിന്റെ പ്രതാപകാലത്ത് കോട്ടയ്ക്കു മുകളിൽ ഒരു ദേവാലയമുണ്ടായിരുന്നു. ഓടക്കുഴൽ വായിച്ച് അലഞ്ഞുനടന്ന ഒരു ഇടയബാലനും പടനിലത്തിലെ തേരാളിയും അവിടത്തെ പ്രതിഷ്ഠയിലുണ്ടായിരുന്നു.

രാജവംശങ്ങളും പടനിലങ്ങളും അസ്തമിച്ചപ്പോൾ സംഗീതത്തി

ലേക്ക് സമാധിസ്ഥനായി ആ ദേവൻ.

ഗായകനായ പൂജാരി മാത്രം ദേവനു കൂട്ടായി. പ്രതാപകാലം തൊട്ടേ ആ ദേവന്റെ പൂജാരികളായിരുന്ന വംശപരമ്പരിലെ അവസാനത്തെ കണ്ണിയായിരുന്നു മൗളേശ്വർ.

മൗളേശ്വറിനെ അന്വേഷിച്ച് കുട്ടികൾ വരും. അവരുടെ കൈയിൽ അമ്മമാർ ഭക്ഷണപ്പൊതി കൊടുത്തയയ്ക്കും. സംഗീതത്തെ ഉപാസിക്കുന്നവരും കോട്ടയിലേക്ക് വരും.

അങ്ങനെയൊരാളാണ് കോട്ടയിലിരുന്ന് ഹാർമോണിയം വായിച്ചത്.

ചുമരിൽ ചാരിവെച്ച തംബുരുവിലേക്ക് ചൂണ്ടി ഞാൻ ചോദിച്ചു:

'ഇത് ഏതു കാലത്തിലെ?'

'അച്ഛനും മുത്തച്ഛനും മുമ്പുള്ള കാലത്തിലെ?'

'അതൊന്നു മീട്ടാമോ?'

വല്ലാത്ത വിറയലോടെ പൂജാരി അതു കൈയിലെടുത്തു.

കാറ്റിനെ സുഷിരങ്ങളിലൂടെ ആവാഹിച്ചു സംഗീതമാക്കിയ ദേവനെ സ്തുതിച്ച് വിറയാർന്ന സ്വരത്തിൽ മൗളേശ്വർ പാടാൻ തുടങ്ങുമ്പോൾ കോട്ട ഒരു കൂറ്റൻപക്ഷിയായി ആകാശത്തേക്കുയർന്നു. ഗഗനസഞ്ചാരം കഴിഞ്ഞ് തിരിച്ചെത്തുമ്പോൾ സമയബോധവും എനിക്കന്യമായി.

ആ സംഗീതത്തിൽനിന്നു മടങ്ങവേ കോട്ടയുടെ താഴേത്തട്ടിലെത്തുമ്പോൾ ഒരു പെൺകുട്ടി ഏങ്ങിയേങ്ങി കരയുന്നതു കേൾക്കാൻ തുടങ്ങി. കോട്ടയിലേക്കുതന്നെ മടങ്ങണോ അതോ നഗരത്തിലേക്കു മടങ്ങണോ എന്നറിയാതെ ഞാൻ നിന്നു.

(2002)

വേട്ടക്കാരൻ

പാറയുടെ അടിഭാഗത്ത് ഒരു മാളം. അനാദിയായ കാലത്തിന്റെ പെരുവിരൽ ചതുപ്പിൽ ആഴ്ത്തി വലിച്ചെടുത്തതുപോലെ.

വഴി അവിടെ അവസാനിച്ചു.

ദൈവമേ!

എന്തെല്ലാം കിനാവുകളാണ് ഈ ഗുഹ വിഴുങ്ങിക്കളഞ്ഞത്.

വലിയൊരു വേട്ടയ്ക്കുശേഷം ഒരു പുലിയുടെ ജഡവും പേറി ഗ്രാമത്തിലെത്തുക എന്നത് അവരുടെ മോഹമായിരുന്നു. പുലികൾ പിൻവാങ്ങിക്കഴിഞ്ഞ കാട്ടിൽ പുലിവേട്ട അസാധ്യമെന്ന് അവർക്കറിയാമായിരുന്നു. എങ്കിലും ദൈവികമായ അടയാളങ്ങളിൽ വിശ്വസിച്ചിരുന്നതിനാൽ പുലി പ്രത്യക്ഷപ്പെടുകതന്നെ ചെയ്യും എന്ന് അവർക്ക് ഉറപ്പായിരുന്നു. ഒരു മാനിനെ വേട്ടയാടിക്കൊണ്ടിരിക്കവെയാണ് പുലി പ്രത്യക്ഷപ്പെട്ടത്. അന്നേരം മാനിനെ വെറുതെ വിട്ട് പുലിയെ പിൻതുടർന്നു. ആ ഓട്ടത്തിന്റെ അവസാനം ഒരു ഗുഹാമുഖം.

'പുലി ഈ മാളത്തിൽത്തന്നയാവും. ശമുവേൽ പറഞ്ഞു: അല്ലാതെ വേറെ വഴിയൊന്നും പുലിക്കുമുമ്പിൽ തുറക്കപ്പെട്ടിട്ടില്ല.'

മൂവർ അത് അംഗീകരിച്ചു. മൂവർ ശമുവേലിന്റെ മിത്രങ്ങൾ. വേട്ടയിലെ സഹയാത്രികർ.

എങ്കിൽ പുലി പുറത്തുവരുംവരെ കാത്തിരിക്കാമെന്നായി അവർ.

കാത്തിരുന്ന് കാത്തിരുന്ന് കാലമെത്ര കടന്നുപോയി.

അങ്ങനെ അവർ മറ്റൊരു കാലഘട്ടത്തിൽ.

'കാലത്തെ നേരിട്ടേ പറ്റൂ. വേട്ടയാടി ജയിച്ചേ പറ്റൂ.' കാലത്തിന്റെ ആഴത്തിൽനിന്നുള്ള മുഴക്കംപോലെ ശമുവേലിന്റെ നിശ്ചയം നിറഞ്ഞ സ്വരം അവർ കേട്ടു. ആരുടേയും സമ്മതത്തിനു കാക്കാതെ

ശമുവേൽ മാളത്തിലേക്ക് നുഴഞ്ഞുകയറി. മാളം അവനെ വിഴുങ്ങുകയായിരുന്നു. പേടിയോടെ മൂവർ ശമുവേലിന്റെ ശരീരത്തിൽ പിടിമുറുക്കി. ശരീരത്തെ അവർ മാളത്തിൽ നിന്ന് പുറത്തെടുത്തു. പക്ഷേ, ആ ശരീരത്തിൽ ശിരസ്സില്ലായിരുന്നു.

കാലത്തെ സംബന്ധിച്ച് വിഭ്രമത്തിൽ അകപ്പെടുകയായിരുന്നു അവർ. ശമുവേലിന് ശിരസ്സുതന്നെ ഉണ്ടായിരുന്നോ എന്നായി അവരുടെ ആലോചന. അതു പറഞ്ഞുതരേണ്ടത് ശമുവേലിന്റെ ഭാര്യതന്നെയല്ലേ എന്നും അവർ ചോദിച്ചു. പഴയ വീടിന്റെ അടഞ്ഞ വാതിലിനുമുമ്പിൽ ശമുവേലിന്റെ ശരീരവുമായി അവരെത്തി. ഉറക്കെയുറക്കെ വിളിച്ചപ്പോൾ വാതിൽ തുറന്ന് പുറത്തുവന്നത് വെളിച്ചം കൊണ്ട് സൃഷ്ടിക്കപ്പെട്ട ഒരു രൂപം.

'ഞാൻ മരിച്ചിട്ട് വളരെ കാലമായി. ഭർത്താവ് എന്നെ ഉപേക്ഷിച്ച് പോയപ്പോൾ എന്നെന്നേക്കുമായി വാതിൽ അടച്ചുകളഞ്ഞതാണ്. നൂറ്റാണ്ടുകൾ കടന്നുപോയില്ലേ? നിങ്ങളും മരിച്ചവർതന്നെ ആയിരിക്കുമല്ലോ. മരിച്ചവരുടെ ലോകത്ത് ഇത്തരം അന്വേഷണങ്ങൾക്ക് പ്രസക്തിയെന്ത്? എന്നാലും നിങ്ങൾ വന്നതല്ലേ? ഞാനൊരു മുറി തുറന്നുതരാം. ആ മുറിയിൽനിന്ന് ശമുവേലിന്റെ പൊരുൾ അന്വേഷിക്കുക.

ആ മുറിയുടെ ചുമരുകളിൽ എമ്പാടും മുഖംമൂടികൾ തൂങ്ങിക്കിടക്കുന്നു. അതിനു മുമ്പിൽ ശമുവേലിന്റെ ശവം ഇറക്കിക്കിടത്തി പകച്ചുനിൽക്കവെ പ്രകാശത്തിന്റെ ശരീരം അവരെ വിട്ട് പുറത്തു കടക്കുകയും പുലിയുടെ ശിരസ്സുപോലുള്ള കൂറ്റൻ താഴുകൊണ്ട് മുറി പൂട്ടുകയും ചെയ്തു.

മൂവർക്കു മുമ്പിൽ കാലം പിന്നെയും കുഴഞ്ഞുമറിഞ്ഞു.

സൂക്ഷ്മതലം

വിശദാംശങ്ങൾ ഒഴിവാക്കിക്കൊണ്ട് സൂക്ഷ്മതലത്തിൽ പ്രമേയത്തെ സമീപിക്കുമ്പോൾ കഥയ്ക്ക് കവിതാഭാവം കൈവരും എന്നതാണ് കുഞ്ഞുകഥകൾ നൽകുന്ന പാഠം. ബോധപൂർവ്വം കുറുക്കിയെഴുതാൻ ശ്രമിച്ചതല്ല. ചില കഥകൾ ഈ വിധം കുറുകിപ്പോവുന്നതാണ്. വളരെ കുറഞ്ഞ വരികൾ കൊണ്ടുതന്നെ പൂർണ്ണത കൈവരുന്നു എന്ന തോന്നലുണ്ടാവുകയാണ്.

വിലാസം

കഠിനമായ ശിശിരകാലത്ത് അയാൾ വനതടാകത്തിന്റെ കരയിലൂടെ യാത്ര ചെയ്തു. ശിശിരത്തിൽ സഞ്ചാരികളൊന്നും അവിടേക്ക് ചെല്ലാറില്ല. നീല നിശ്ശബ്ദതയെ മറച്ചുകൊണ്ട് കോടയുടെ പുതപ്പ് വനതടാകത്തെ പൊതിഞ്ഞുനില്പുണ്ടാവും. തണുപ്പിന്റെ ആഴത്തിൽ പക്ഷികളുടെ ശബ്ദം നേർത്തിരിക്കും. തണുപ്പിനെ വകവെയ്ക്കാതെ അയാൾ വനതടാകത്തെ വലംവെച്ചു. വനതടാകത്തിന ചുറ്റും മുളങ്കാടുകൾ ധാരാളമായുണ്ടായിരുന്നു. അവിടെ സന്ദർശകരെ കാത്തിരിക്കുന്ന ഏറുമാടങ്ങളും ഉണ്ടായിരുന്നു. അയാൾ ഒരു ഏറുമാടത്തിലേക്ക് കയറിച്ചെന്നു. അവിടെ ഇരിപ്പിടത്തിലെ മുളയിഴകളിലൊക്കെ സന്ദർശകർ കുറിച്ചിട്ടുപോയ വിലാസങ്ങൾ അയാൾ കണ്ടു.

പല പ്രായക്കാർ.

പല ദേശക്കാർ.

അവിടന്നു മടങ്ങുമ്പോൾ അയാളും തന്റെ വിലാസം കുറിച്ചിട്ടു. പിന്നീട് ഒരു ഗ്രീഷ്മകാലത്ത് ഒരു പെൺകുട്ടിയുടെ പ്രണയാർദ്രമായ കത്ത് അയാളെത്തേടിവന്നു. വനതടാകക്കരയിലെ ഏറുമാടത്തിൽനിന്നാണ് വിലാസം കിട്ടിയതെന്ന് അതിൽ എഴുതിയിരുന്നു. പക്ഷേ, ആ കത്തിൽ അവളുടെ വിലാസം ഇല്ലായിരുന്നു...!

ഭ്രാന്തൻ കയറ്റം

ഭ്രാന്തൻ മലയിലേക്കുള്ള തീർത്ഥാടനത്തിനായി അച്ഛനും അമ്മയും മുത്തച്ഛനും യാത്ര പുറപ്പെടുംനേരം കുട്ടിയും വാശിപിടിച്ച് കരഞ്ഞിരുന്നു. അവനെ കൊണ്ടുപോകണ്ടെന്ന് നേരത്തെ തന്നെ അവർ തീരുമാനിച്ചതാണ്.

ഭ്രാന്തൻമലയിലേക്കുള്ളത് വിശുദ്ധ തീർത്ഥാടനത്തിന്റെ വഴി. മലയിലേക്ക് കല്ലുരുട്ടിക്കയറ്റിയതും താഴേക്കിട്ട് ചിരിച്ചതും ഭ്രാന്തിന്റെ ദൈവികത. ഭക്തന്മാർ അതിൽ ശരണം തേടുന്നു. കുട്ടിയെ അവിടേക്ക് കൊണ്ടുപോകേണ്ടെന്ന് തീരുമാനിക്കാൻ കാരണം പലതാണ്. അവനെ സ്വബുദ്ധിയില്ലാത്തവനായാണ് എല്ലാവരും പരിഗണിച്ചത്. വീടിനും വിദ്യാലയത്തിനും തടഞ്ഞുനിർത്താൻ കഴിയാത്തതായിരുന്നു അവന്റെ വിനിമയം എന്നതായിരുന്നു എല്ലാവരേയും അലട്ടിയിരുന്ന പ്രശ്നം. തൊടിയിൽ അവന്റെ ചിരിയും അട്ടഹാസവുമൊക്കെ ഏത് സൂക്ഷ്മലോകത്തിന്റെ ചങ്ങാതിമാരോടാണെന്ന് ആർക്കും അറിഞ്ഞുകൂടായിരുന്നു. മനുഷ്യരെ കാണുമ്പോൾ അവൻ ഉന്നയിച്ചിരുന്ന ചോദ്യങ്ങൾ വേദഗ്രന്ഥങ്ങൾക്കുപോലും വഹിക്കാൻ പറ്റാത്തതായിരുന്നു. അതുകൊണ്ടാണ് എല്ലാവരും അവനെ ഭ്രാന്തൻകുട്ടിയെന്ന് വിളിച്ചത്. അതിനാൽ അവനെ ഭ്രാന്തൻമലയിലേക്ക് കൊണ്ടുപോകുന്നതെങ്ങനെ?

മുത്തച്ഛന്റെ ആശങ്ക അതായിരുന്നു.

അവനെ മുറിയിലിട്ടുപൂട്ടി അവർ ഭ്രാന്തൻമല കയറാൻ പോയി. ജ്ഞാനിയായ ഭ്രാന്തന്റെ വിശുദ്ധനാമം ഓർത്തും വാഴ്ത്തിയും അവർ മല കയറി.

ഭ്രാന്തന്റെ പ്രതിമയെ വലംവെക്കുമ്പോഴാണ് അമ്മ അത് ശ്രദ്ധിച്ചത്. പ്രതിമയുടെ മന്തുകാൽ കെട്ടിപ്പിടിച്ച് ഇരിക്കുന്ന കുട്ടി അവ

നായിരുന്നു. മുറിയിലിട്ട് പൂട്ടിയ അതേ കുട്ടി.

അച്ഛനും അമ്മയും മുത്തച്ഛനും ആകാശത്തേക്ക് കൈകൾ ഉയർത്തി ഭ്രാന്തന്റെ ലീലാവിലാസങ്ങളെ വാഴ്ത്തി. മലയിറങ്ങും നേരം അവർ കുട്ടിയെ വിളിച്ചു.

അവൻ പറഞ്ഞു:

'ഞാനിനി വീട്ടിലേക്കില്ല. നിങ്ങളൊക്കെ മലയിറങ്ങിക്കഴിഞ്ഞാൽ ഞാനൊരു പാറയായി താഴേക്കുരുളും.'

(2002)

ഭ്രാന്തൻ ഇറക്കം

ഭ്രാന്തൻമലയിൽനിന്ന് തീർത്ഥാടകരൊക്കെ പോയ്ക്കഴിഞ്ഞപ്പോൾ സമയം നട്ടുച്ച.

മലമോളിലെ ആൽമരച്ചുവട്ടിൽ ബാക്കിയായത് അവർ രണ്ടുപേർ മാത്രം; മധ്യവയസ്സു കഴിഞ്ഞ പുരുഷനും സ്ത്രീയും.

അവർ പരസ്പരം പരിചയപ്പെട്ടു.

ജീവിതരഹസ്യങ്ങൾ വെളിപ്പെടുത്തി. അവർ രണ്ടുപേരും ഭ്രാന്താശുപത്രിയിൽനിന്ന് ഓടിപ്പോന്നവരായിരുന്നു. ഭ്രാന്തൻമലയിലെ തീർത്ഥാടനത്തിന്റെ വിശ്രാന്തി അന്വേഷിച്ചെത്തിയതായിരുന്നു. അവരുടെ ജീവിതത്തിന് സമാനതകൾ ഒരുപാടുണ്ടായിരുന്നു. അയാൾ ഭാര്യവീട്ടുകാരാൽ ഭ്രാന്താശുപത്രിയിൽ അടയ്ക്കപ്പെടുകയായിരുന്നു; അവൾ ഭർത്താവിന്റെ വീട്ടുകാരാലും. ഭ്രാന്തിനെക്കുറിച്ച് അന്വേഷിക്കുമ്പോൾ എത്തുംപിടിയും കിട്ടുന്നില്ല രണ്ടുപേർക്കും.

ഭ്രാന്ത് കുന്നാണെന്ന്.

കുന്നിൽനിന്ന് ഇറക്കവും ഉണ്ടെന്ന് അവർ വിചാരിച്ചു. അതിനാൽ ഭ്രാന്തെന്ന സത്യം ചിരിയാണെന്നും. അങ്ങനെ വിചാരിച്ച് അവര് കുറേ ചിരിച്ചു.

ചിരിയുടെ ജീവിതത്തിൽ ഒരു കുടിലുകെട്ടി ഒന്നിച്ചുപാർക്കാമെന്ന് തീരുമാനിച്ച് ഉച്ചയുറക്കത്തിനൊപ്പം അവർ മലയിറങ്ങി.

താഴ്വരയിൽ എത്തിയപ്പോഴാകട്ടെ രണ്ടുപേരും അവരുടെ ആൾക്കാരാൽ പിടിക്കപ്പെടുകയും വീണ്ടും ഭ്രാന്താശുപത്രിയിൽ അടയ്ക്കപ്പെടുകയും ചെയ്തു.

(2002)

കാഴ്ചവെട്ടം

ശരീരത്തിന്റെ വേട്ടയിൽനിന്ന് രക്ഷപ്പെടാനായി ഒരുവൾ ഒരു യോഗിവര്യന്റെ അടുത്തെത്തി. അദ്ദേഹം ചെറുപ്പക്കാരനായിരുന്നു. എന്നാലോ ഏറെ ദൂരം സഞ്ചരിച്ചവനും ഏറെ അറിഞ്ഞവനും ആയിരുന്നു. ലോകമെമ്പാടും അദ്ദേഹത്തിന് ശിഷ്യന്മാർ ഉണ്ടായിരുന്നു.

ശരീരം വെടിഞ്ഞ സഞ്ചാരത്തിന്റെ ജ്ഞാനപഥങ്ങളെക്കുറിച്ച് യോഗിവര്യൻ പ്രഭാഷണം നടത്തുന്ന വേളയിലത്രയും അവൾ മറ്റെന്തൊക്കെയോ വിചാരങ്ങളിലായിരുന്നു. അവൾ വാക്കുകളൊന്നും കേൾക്കുന്നില്ലായിരുന്നു.

അവൾക്കു മുന്നിൽ യോഗിയുടെ ശരീരം മാത്രം.

ജ്വലിക്കുന്ന നേത്രങ്ങൾ.

മുഖപേശികളിലെ പ്രകാശക്കുതിപ്പുകൾ.

അധരങ്ങളിലെ...

യോഗിയെ സന്ദർശിച്ചുവന്നശേഷം പ്രഭാഷണത്തിന്റെ സാരമെന്തെന്ന് വെളിപ്പെടുത്താൻ അവളുടെ കൂട്ടുകാരി ആവശ്യപ്പെട്ടു.

പക്ഷേ, ഒറ്റവാക്കും അവൾ ഓർക്കുന്നില്ലായിരുന്നു. സാരങ്ങളൊന്നും ഗ്രഹിച്ചിട്ടുമില്ലായിരുന്നു.

യോഗിയുടെ ശരീരത്തെക്കുറിച്ച് അവൾ വാതോരാതെ സംസാരിക്കാൻ തുടങ്ങി.

(2001)

ഭാഷ

ബ്രഹ്മചാരിണികൾക്കൊപ്പം ഒരു ജാഥയിൽ ഞാനന്ന് അവളെ കണ്ടു. ആ ജാഥ നഗരത്തിന്റെ ഭോഗതൃഷ്ണകൾക്ക് കുറുകെ സഞ്ചരിക്കുകയായിരുന്നു. ആത്മീയമായ സമർപ്പണത്തിന്റെ പതാകകൾക്കു താഴെനിന്ന് മുഴക്കമേറിയ മന്ത്രങ്ങൾ ഉയർന്നിരുന്നു. അവളും അത് ഏറ്റുചൊല്ലുകയായിരുന്നു. ശുഭ്രവസ്ത്രത്തിനകത്തും അവൾക്ക് ഇടിവാളിന്റെ ശോഭയാണെന്ന് ഞാൻ ശ്രദ്ധിച്ചു. അവളുടെ കണ്ണിൽപ്പെടാതെ അകന്നുമാറി ഞാൻ നിന്നു.

ആ ജാഥ നഗരവീഥിയിൽനിന്ന് അപ്രത്യക്ഷമായപ്പോൾ ഞാൻ ശുഭ്രവസ്ത്രത്തെക്കുറിച്ച് ആലോചിച്ചു. മേലേക്കാവിലെ യോഗിനീമാതാവിനോട് അവൾക്ക് ഭക്തിയുണ്ടെന്ന് എനിക്കറിയാമായിരുന്നു. പക്ഷേ, അതിങ്ങനെ ഒരു സമർപ്പണമായി വളർന്നത് ഞാൻ അറിഞ്ഞിരുന്നില്ല. കുറേനാളായി അവൾ എന്നിൽനിന്ന് മാറിനടക്കുന്നതിന്റെ കാരണവും അതായിരിക്കുമെന്ന് ഞാൻ കരുതി. അവൾക്കുള്ളിലെ തീ ഈ വിധമെങ്കിലും ശമിക്കട്ടെ.

അവിചാരിതമായി ഒരുനാൾ വീണ്ടും അവളുടെ ഫോൺകോൾ; വീട്ടിൽ ആരുമില്ലെന്നും ഞാനവളെ കാണാൻ ചെല്ലണമെന്നും പറഞ്ഞുകൊണ്ട്.

വീട്ടിൽ അവളണിഞ്ഞ വസ്ത്രം നിറസമൃദ്ധിയുടേതായിരുന്നു.

അന്നേരം ഞാൻ ആ ജാഥയെപ്പറ്റി ഓർത്തു.

'ഒന്നിനെപ്പറ്റിയും ഒരു തീരുമാനമെടുക്കാൻ പറ്റുന്നില്ല. എന്നാലും ചോദിക്കട്ടെ: എനിക്കാ വെളുത്ത വസ്ത്രം ചേരുന്നുണ്ടോ?'

'ബ്രഹ്മചാരിണികൾക്കൊപ്പവും നീ വളരെ സെക്സിയായിരുന്നു.' ഞാൻ പറഞ്ഞു.

അന്നേരം അവളുടെ കണ്ണിലും ചുണ്ടിലും കുസൃതിച്ചിരി വിരി

ഞ്ഞു. ആ ചിരിയിലൂടെ അവൾ ശരീരത്തിലേക്ക് മടങ്ങി.

ഞാൻ വാതിലടയ്ക്കട്ടെ എന്നു പറഞ്ഞ് അവൾ എഴുന്നേറ്റു. തിരിച്ചുവന്ന് അവൾ എനിക്ക് അഭിമുഖമായി ഇരുന്നു. ഉടലിന്റെ ഭാഷയിൽ അവൾ സംസാരിച്ചുതുടങ്ങി.

(2002)

ആകൃതി

ഇന്നേവരെ ആരും പണിതിട്ടില്ലാത്ത ആകൃതിയിൽ ഒരു വീട് പടുത്തുകെട്ടാനായി അവനൊരു വാസ്തുശില്പിയെ അന്വേഷിച്ചു നടന്നു. ഏറെക്കാലത്തെ അന്വേഷണത്തിനുശേഷം ജ്ഞാനിയായ ഒരാളെ കണ്ടെത്തുകയും ചെയ്തു.

അവൻ തന്റെ ആവശ്യം അറിയിച്ചു.

'വീടിന് അടുക്കള വേണമെന്നുണ്ടോ?'

'ഉണ്ട്.'

'കിടപ്പറയും വായനാമുറിയും ആവശ്യമാണോ?'

'തീർച്ചയായും.'

'ചുമരുകളും മേൽക്കൂരയും നിർബന്ധമാണോ?'

'അയ്യോ! അതൊന്നും ഒഴിവാക്കാനേ പറ്റില്ല.'

അന്നേരം ജ്ഞാനിയായ ആ വാസ്തുശില്പി നിസ്സഹായനായി കൈമലർത്തി:

'എങ്കിൽ പുതിയതായി ഒരു ആകൃതിയും എനിക്ക് സങ്കല്പിക്കാൻ പറ്റില്ല.'

(2001)

ഒളിച്ചുകളി

ഒളിച്ചുകളിക്കുന്ന വേളയിൽ എല്ലായ്പ്പോഴും ഞാൻ പിടിക്കപ്പെടുകയും കളിയിൽ പരാജയപ്പെടുകയും ചെയ്യുന്നു.

ഒളിക്കാനൊരിടം കണ്ടെത്തുന്നതിൽ ഞാൻ വളരെ മിടുക്കനായിരുന്നുവെന്ന് എനിക്കും ബോധ്യപ്പെട്ട കാര്യമാണ്. കളിസ്ഥലങ്ങളിലെ അസാധാരണമായ മറവുകൾ കണ്ണിൽപ്പെടുകയും ചെയ്യും. പക്ഷേ, ഒളിച്ചിരിക്കുന്ന വേളയിൽ എന്റെതന്നെ മൗനം എനിക്കു സഹിക്കാൻ പറ്റാതാവും. ചിരിയായി, പ്രതിഷേധസ്വരമായി, ആഹ്ലാദത്തിന്റെ സംഗീതമായി, സങ്കടങ്ങളുടെ പിറുപിറുക്കലായി ഒളിക്കപ്പെട്ട ഞാൻ പുറത്തുവരും. ദാരുണമാംവിധം എന്റെ പതനം പൂർത്തിയാവും.

(2002)

ജലയോഗം

ജീവനുള്ളവയിൽനിന്നു മാത്രമല്ല, ജഡവസ്തുക്കളിൽനിന്നും പൂക്കളുടെ സുഗന്ധം വമിപ്പിക്കാൻ കഴിവുള്ള ഒരു മഹായോഗി ഉണ്ടായിരുന്നു. കൈത്തലമൊന്ന് ഉയർത്തിക്കാണിച്ചാൽമതി, മനസ്സിൽ വിചാരിക്കുന്ന പൂവിന്റെ ഗന്ധം ഒഴുകിവരികയായി.

ആ സുഗന്ധത്തിന്റെ പേരിൽ നാടിന്റെ നാനാഭാഗത്തുനിന്നും പണക്കാരായ ഭക്തന്മാർ വന്ന് സുഗന്ധം ശ്വസിച്ച് പോയി. അവരൊക്കെ വലിയ പണക്കിഴികൾ ദക്ഷിണയായി നൽകുകയും ചെയ്തു. അതിനാൽ ആശ്രമവളപ്പിൽ എമ്പാടും മനോഹരമായ സൗധങ്ങൾ ഉയർന്നു.

ഒരുദിനം തന്നെ കാണാൻ വന്ന ഭക്തന്മാർക്കിടയിൽനിന്ന് ദീനം പിടിച്ചൊരു മനുഷ്യൻ യോഗിയുടെ പീഠത്തിനടുത്തേക്ക് കയറിച്ചെന്നു. 'കൈവെള്ളയിൽനിന്ന് ഗോതമ്പുമണികൾ ഉത്പാദിപ്പിക്കാൻ അങ്ങേയ്ക്ക് കഴിയുമോ സ്വാമികളേ'

'അതെന്തിനാണ്?'

'എന്റെ വീട്ടിൽ ആഹാരം പാകം ചെയ്തിട്ട് എത്ര ദിവസമായെന്നറിയാമോ?'

സമതലം

1981ലാണ് 'ആത്മഗാഥ' എഴുതിയത്. ഒരു സാനിട്ടോറിയത്തിലെ അനുഭവങ്ങളെ ഭാവന ചെയ്യുകയായിരുന്നു ഞാൻ. രോഗത്തെ രൂപകമായി സ്വീകരിച്ചു. രോഗമെന്നത് ഏകാന്തതയുടെ രാക്ഷസൻകോട്ടയായി. പതിനാറ് കൊല്ലങ്ങൾക്കുശേഷം ദുരൂഹമായ ഒരു രോഗത്തെക്കുറിച്ചുള്ള ആകുലതകളുമായി ഞാൻ ആശുപത്രികളിലൂടെ യാത്ര ചെയ്തു. ആ അനുഭവം 'ഒരു യാത്രയുടെ കഥ'യായി മാറി. രണ്ട് രചനകളും സമതലത്തിൽ ചേർത്തുവെച്ച് വായിക്കുമ്പോൾ ഏത് സങ്കല്പം, ഏത് യാഥാർത്ഥ്യം എന്നറിയാതെ കുഴങ്ങുകയാണ് ഞാൻ.

ആത്മഗാഥ

ആത്മഹത്യയല്ലാതെ എനിക്കു മുമ്പിൽ മറ്റൊരു വഴിയില്ല.
ആ വഴിയിലേക്കുള്ള ദൂരം അളക്കുകയാണ്.
നന്നേ പ്രയാസപ്പെട്ട്, ഒരു അംഗുലപ്പുഴുവിനെപ്പോലെ
അളന്നളന്ന്...
ദുരം എത്രയാണാവോ?

കഴിഞ്ഞ ദിവസം ഏതോ ഒരു രോഗിക്ക് ആരോ കൊടുത്ത ഓറഞ്ചുകളിലൊന്ന് എനിക്കും കിട്ടി. തൊലിക്ക് നല്ല തിളക്കവും നിറവും. പൊളിച്ചുനോക്കുമ്പോഴോ അല്ലികളിലത്രയും പുഴുക്കൾ!!

എന്റെ ദുരിതങ്ങൾ പങ്കിടാൻ ആരെങ്കിലും എത്തുമെന്ന പ്രതീക്ഷ എനിക്കില്ല.

ഈ മുറിയുടെ വെളുത്ത ചുമരുകൾ.

തോട്ടത്തിലെ വെളുത്ത പൂക്കളുടെ ഉള്ളിഗന്ധവും മരുന്നിന്റെ മണവും ചേർന്ന് ഈതറാവുന്ന കാറ്റ്, എല്ലാം എനിക്കു മാത്രമെന്നപോലെ.

എപ്പോഴും മന്ന വീണുകിട്ടുമെന് പ്രതീക്ഷിക്കുന്നതും വെറുതേ. വേരുകൾ അറ്റുകൊണ്ടിരിക്കുന്ന ഈ പുൽക്കൊടിത്തുമ്പിൽ എത്ര കാലമാണ് പിടിച്ചുതൂങ്ങിനിൽക്കുക. അഴുക്കുചാലുകളുടെ ദുർഗന്ധം എനിക്കുള്ളിൽനിന്ന് പ്രവഹിച്ചുതുടങ്ങിയിരിക്കുന്നു. പണ്ട് ഡോക്ടർ സായിപ്പ് നിർമ്മിച്ച പൂന്തോട്ടം കാടുകയറി കെട്ടുപോകുന്നു. പുതുതായി രോഗികൾ വരാതാവുന്നു. രക്ഷപ്പെടാൻ എനിക്കിനി ആ വാതിൽ മാത്രം.

ഞാൻ ആത്മഹത്യ ചെയ്യും.

ഒരു രോഗിയുടെ ഏറ്റവും വലിയ ആശ്വാസം മറ്റൊരു രോഗിയാ

ണ്. ഇന്നലെ, സദാനന്ദന്റെ മരണംവരെ ഞാൻ വിശ്രാന്തി അനുഭവിച്ചിരുന്നു. പേരുപോലെതന്നെ അവന്റെ പ്രകൃതം. ദുരിതങ്ങൾക്കിടയിലും സദാ തെളിഞ്ഞ ചിരി. ആ ചിരിയിൽ ഞാനും ആനന്ദിച്ചു. ചിരി എനിക്കു കൈമോശം വന്ന മഹാസിദ്ധിയായിരുന്നു. സദാനന്ദന്റെ ചിരിയിലൂടെ ഞാൻ പലതും കണ്ടു. ഉദയാസ്തമനത്തിന്റെ മഞ്ഞച്ചിറകുകൾ.

മഴ.

ഇളകുന്ന ജലാശയം. അതിൽനിന്ന് ഉയർന്നുപറക്കുന്ന ചുവന്ന പറവകൾ. ഞാൻ ചുമരുകളുടെ നിസ്സംഗതയിൽനിന്ന് രക്ഷപ്പെടുമായിരുന്നു.

ജനൽഗ്രില്ലുകളിലെമ്പാടും ചെറിയ കുരിശാകൃതികളുള്ള ആതുരശാലയാണിത്. സായാഹ്നവെയിലിൽ കുരിശുകൾ ഭീമാകാരം പൂണ്ട് എന്നെ വന്ന് തൊടുമായിരുന്നു. സദാനന്ദൻ മരണത്തോട് മല്ലിട്ടതും സായാഹ്നത്തിൽ തന്നെ. സദാനന്ദൻ തുപ്പിയിട്ട ചോരക്കട്ടകളിൽ വെയിൽവൃത്തങ്ങൾ വന്നു വീണിരുന്നതും ഓർക്കുന്നു.

സൂര്യവെളിച്ചത്തിലും മരണം ഉണ്ട്.

ഓം ഭൂർ ഭുവ സ്വഃ
തത്സവിതുർവരേണ്യം
ഭർഗോദേവസ്യ ധീമഹി
ധിയോ യോനഃ പ്രചോദയാത്

മരണമാണ്.

എല്ലായിടത്തും മരണമാണ്.

ഇനിയേത് മന്ത്രമാണ് എനിക്കൊരു കൂട്ടുകാരനെ കൊണ്ടുവരിക?

പെട്ടെന്നാണ് സദാനന്ദന് അസുഖം മൂർച്ഛിച്ചത്. അവനെന്തോ പറയാൻ തുടങ്ങുമ്പോൾ ചോര തുപ്പി. ചോര കറുപ്പായി കാഴ്ച മറച്ചു. നേഴ്സ് ആ സമയത്ത് അവരുടെ സ്വകാര്യമുറിയിലായിരുന്നു. കൊടുങ്കാറ്റുകണക്കെ ഞാൻ ഓടിച്ചെന്നു. അവർ ഏതോ മഞ്ഞപ്പുസ്തകം വായിച്ചുകൊണ്ടിരിക്കുകയായിരുന്നു. ഞാൻ ഏറെത്തവണ ഒച്ചയനക്കി. എന്നെ കണ്ടതും കണ്ണിറുക്കി, അകത്തേക്ക് ക്ഷണിച്ചു.

'സദാനന്ദൻ ചോര തുപ്പുന്നു.' ഞാൻ പറഞ്ഞു.

സദാനന്ദന്റെ തലയിണ നിറയെ കഫവും രക്തവും നിറഞ്ഞ

വ്രണങ്ങളായിരുന്നു. അവൻ ചലിക്കുന്നുമില്ലായിരുന്നു. നേഴ്സ് മടങ്ങിപ്പോയി. ഞാൻ സദാനന്ദനെ മലർത്തിക്കിടത്തി. മുഖം തുടച്ച് വൃത്തിയാക്കി. വല്ലാത്ത മണം വമിക്കുന്ന എന്തോ മരുന്ന് കൊണ്ടുവന്ന് നേഴ്സ് അവനെ കുടിപ്പിച്ചു.

'ഡോക്ടർ ഇവിടില്യ.'

അവർ തിരിച്ചുപോയി. ഞാൻ സദാനന്ദന്റെ കിടക്കയ്ക്കരികിലിരുന്ന് നെഞ്ചു തടവിക്കൊടുത്തു. അവൻ ഞരങ്ങുകമാത്രം ചെയ്തു. എന്റെ വിളിക്ക് പ്രതികരണമില്ല. എന്റെ കിടക്കയിൽത്തന്നെ വന്നു കിടക്കുമ്പോൾ, വെളുത്തുള്ളിയുടെ ഗന്ധം വന്ന് പൊതിഞ്ഞു. പുറത്തുനിന്ന് കാറ്റ് കൊണ്ടുവരുന്ന ഗന്ധമാണത്.

ജയിൽവാസത്തിനുശേഷമാണ് സദാനന്ദൻ സാനിട്ടോറിയത്തിൽ വന്നത്. രാഷ്ട്രീയപ്രവർത്തകനായിരുന്നു അവൻ. തല്ലിച്ചതയ്ക്കപ്പെട്ട അവൻ കൗമാരത്തിൽ യൗവനം കടക്കാതെ വൃദ്ധനാവുകയായിരുന്നു. പൊള്ളൽ ശമിച്ച ഒരു പ്രതീതിയാണ് സദാനന്ദന്റെ വരവോടെ എനിക്കുണ്ടായത്. എല്ലാ അലച്ചിലുകളുടെയും അവസാനം ഒരു മരുപ്പച്ചയെങ്കിലും കാണാതിരിക്കുകയില്ലെന്ന് ഒരു സുഹൃത്ത് പറഞ്ഞത് എത്രയോ ശരി.

സംസാരിക്കാൻപോലും കഴിയാത്തവിധം തളർന്നുപോയിരുന്നു സദാനന്ദൻ. നേർത്ത ഞരക്കങ്ങളിൽ വാക്കുകളെ കോർത്തിണക്കാൻ അവൻ നന്നേ പ്രയാസപ്പെട്ടു. പതുക്കെ ഞങ്ങൾ ചങ്ങാതിമാരായി. രാത്രി ഉറക്കം വരാതെ കിടക്കുമ്പോൾ സദാനന്ദൻ പതിഞ്ഞ സ്വരത്തിൽ സംസാരിക്കും. ദുരിതം നിറഞ്ഞ വഴികളിലെ ഓരോ ഏടും അവൻ നിവർത്തിക്കാണിച്ചു. ജയിലിലെ അനുഭവങ്ങളിലാകും എപ്പോഴും അവൻ ചെന്നെത്തുക.

കൗമാരത്തിന്റെ ആദ്യനാളുകളിൽതന്നെ സദാനന്ദൻ നീർകുത്തിലേക്ക് എറിയപ്പെട്ടിരുന്നു (അതേപ്പറ്റി പറയുമ്പോൾ ചിരി കത്തുന്നത് ഞാൻ ശ്രദ്ധിച്ചിട്ടുണ്ട്). പട്ടിണിയുടെ നാളുകൾ കുരലിലേക്ക് ലോഹം ഉരുക്കിയൊഴിച്ചിരുന്നു. പക്ഷേ, അവൻ നിലവിളിച്ചുകൊണ്ടേയിരുന്നു. നിലവിളിയിൽനിന്ന് പ്രതിഷേധങ്ങൾ. സമരങ്ങൾ. സദാനന്ദനെ സുഹൃത്തായി കിട്ടിയശേഷം നേഴ്സുമായുള്ള എന്റെ അടുപ്പം ഞാൻ ഉപേക്ഷിച്ചു. അതിൽപിന്നെ അവർക്ക് സദാനന്ദനോടും വെറുപ്പായിരുന്നു.

സദാനന്ദൻ വരുംമുമ്പ് അവർക്ക് എന്നോട് വലിയ പ്രേമമായിരുന്നു. രാത്രിയിൽ എന്റെ അരികിൽ വന്നിരുന്ന് നെഞ്ചു തലോടിത്തരും. പൗരുഷമാർന്ന അവരുടെ മുഖം ചുവന്നുതുടുക്കും. വസൂരിക്കലകളുടെ ഇരുട്ടിലേക്ക് വെളിച്ചം വരും. അപ്പോൾ അവർക്ക് ചന്തം ഉണ്ടെന്ന് തോന്നും. പക്ഷേ, അതിനുശേഷമുള്ള അവരുടെ ചെയ്തികളൊക്കെ നിസ്സംഗതയോടെയാണ് ഞാൻ അനുഭവിച്ചത്. രോഗം കാർന്നുതിന്ന പൊള്ളയായ എന്റെ ശരീരത്തോടുള്ള അവരുടെ മമത എന്നെ വല്ലാതെ അസ്വസ്ഥനാക്കിയിരുന്നു.

ചിലപ്പോൾ അവരെന്നെ ചുംബിക്കും. പൊള്ളുന്ന ചുംബനമാണത്.

മുഖം തീയിലമരുന്ന പ്രതീതി.

പരുപരുത്ത വിരലുകൾ നാഭിയിലൂടെ ഇഴഞ്ഞുനീങ്ങി തേളുകണക്കെ ഇറുകിപ്പിടിക്കും.

മാംസളമായ ശരീരവടിവുകളിൽ അവരെന്റെ കൈകൾ പിടിച്ചമർത്തും. മരണം ചൊല്ലുന്ന പക്ഷിയുടെ ഒച്ചയാണ് അപ്പോൾ അവരുടേത്. കൊഴുത്ത തുപ്പൽ എന്റെ മുഖമാകെ പടരും. അസഹനീയമായ മണമാണതിന്. അങ്ങനെയുള്ള ഏതോ നേരത്താണ് ഞാൻ ഒളിച്ചോടാൻ തീരുമാനിച്ചത്. ആ പദ്ധതി വേണ്ടെന്നുവയ്ക്കാൻ കാരണം സദാനന്ദന്റെ വരവായിരുന്നു.

സദാനന്ദന്റെ നില ഏറെ വഷളായി. അവന്റെ കണ്ണിൽ അവശേഷിച്ച അവസാനത്തെ തിളക്കവും മങ്ങുകയാണെന്നറിഞ്ഞപ്പോൾ ഞാൻ നേഴ്സിന്റെ മുറിയിലേക്ക് കയറിച്ചെന്നു. അവർ മേശമേൽ കാൽ കയറ്റിവെച്ച് കിടക്കുകയായിരുന്നു. സ്കർട്ട് ഊർന്നുപോയി. നഗ്നമായ തുടകളിൽ പുഴുക്കളെപ്പോലെ കൈകൾ അരിച്ചുനടക്കുന്നു. ഒരു ദുരന്തസ്മാരകംപോലെ എനിക്കു തോന്നി.

ഞാൻ പതിഞ്ഞ സ്വരത്തിൽ വിളിച്ചു.

'സിസ്റ്റർ...'

അവർ പെട്ടെന്ന് ഞെട്ടി എഴുന്നേറ്റ് എന്നെ തുറിച്ചുനോക്കി. കണ്ണുകളിൽ കത്തിനിന്ന് വെറുപ്പ് ആർത്തിയായി.

'സദാനന്ദന് അസുഖം കൂടുതലാണ്. അവരത് കേട്ടതേയില്ല. അവരെന്നെ വരിഞ്ഞുമുറുക്കി.

സദാനന്ദന് അസുഖം കൂടുതലാണ്.'

ഞാൻ പറഞ്ഞുകൊണ്ടിരുന്നു.

ഒന്നുമവർ കേൾക്കുന്നില്ല.

പെൺനഖംകൊണ്ട് ഞാൻ കോറി മുറിയുകയാണ്.

പ്രതിഷേധിക്കാൻ വയ്യ.

രോഗിയാണെന്ന ബോധം പത്തിമടക്കാൻ പ്രേരിപ്പിക്കുന്നു.

നേഴ്സിന്റെ ശീൽക്കാരത്തിൽ സദാനന്ദന്റെ കരച്ചിൽ അലിഞ്ഞു പോകുന്നു.

മുനിസിപ്പാലിറ്റിയിലെ ശവവണ്ടിയിലാണ് സദാനന്ദനെ കൊണ്ടുപോയത്. കരഞ്ഞുകലങ്ങിയ കണ്ണുകളും നേർത്ത തേങ്ങലും ശവവാഹനത്തിനു ചുറ്റും വിങ്ങിനിന്നു. സദാനന്ദന്റെ പഴയ കൂട്ടുകാർ ആരെങ്കിലുമുണ്ടോ എന്നു ഞാൻ ശ്രദ്ധിച്ചു. ഒരു മുഖംപോലും കണ്ടെടുക്കാൻ എനിക്കു കഴിഞ്ഞില്ല.

ശവവാഹനം ആശുപത്രിയുടെ ഗേറ്റ് കടന്നതും ഞാൻ തിരിച്ചുപോന്നു. ജനാലയ്ക്കൽ വന്നുനിന്നപ്പോൾ വെളുത്തുള്ളിയുടെ മണമുള്ള കാറ്റ് മസ്തിഷ്കത്തിൽ എത്തി. പണ്ടത്തെ മുഖവും ചലനങ്ങളുമായി രാത്രി സിസ്റ്റർ എന്റെ അടുത്തെത്തി. വസൂരിക്കലകളൊക്കെ വ്രണങ്ങളായതുപോലെ എനിക്കു തോന്നി.

സദാനന്ദന്റെ തലയിണയിൽ കണ്ട വ്രണങ്ങൾ.

കഫവും രക്തവും കലർന്ന വ്രണങ്ങൾ.

ഞാൻ മുഖം തിരിച്ചുകിടന്നു. അവർ എനിക്കരികിൽ വന്നിരുന്ന് എന്റെ മുഖം പിടിച്ചുയർത്തി.

'നോക്ക് ഞാൻ നിന്റെ നെഞ്ചുഴിഞ്ഞ് തരാം.'

'എനിക്കല്പം വിഷം തരോ?'

ഞാൻ ചോദിച്ചു.

ഇല്ലെങ്കിൽ ഞാൻ ഇവിടെനിന്നും ചാടിപ്പോകും.'

'ചാടിപ്പോകുകയൊന്നും വേണ്ട. അടുത്താഴ്ച നിനക്ക് പോകാം.'

എന്റെ കണ്ണുകളിലെ അത്ഭുതം അവർ ശ്രദ്ധിച്ചിരിക്കണം.

'അടുത്ത ആഴ്ച നിന്നെ ഡിസ്ചാർജ് ചെയ്യുമെന്ന് ഡോക്ടർ പറഞ്ഞു.'

ഞാൻ വീണ്ടും ചരിഞ്ഞു കിടന്നു. മോചനത്തെക്കുറിച്ചുള്ള ചിന്ത എന്നെ വിക്ഷുബ്ധനാക്കി. ഏറെക്കാലം കൂട്ടിൽകിടന്ന പക്ഷിയുടെ അവസ്ഥയാണ് എന്റേത്. പറക്കുക എന്ന സിദ്ധി കൈമോശംവന്ന

പക്ഷി. പുറംലോകം അന്യമായ പക്ഷി.

ഇവിടം വിട്ടുപോയ എന്നെ എങ്ങനെയായിരിക്കും സ്വീകരിക്കുക.

പുറത്ത് നിലാവ് പെയ്യുന്നു.

അകത്തേക്ക് നിഴലുകൾ വരുന്നു.

നേഴ്സ് പതുക്കെ എന്റെ നെഞ്ചിൽ തലോടിത്തന്നു.

'നീ ഇവിടെനിന്നു പോയാൽ എന്റെ വീട്ടിലേക്ക് വരുമോ?'

ഞാനൊന്നും പറഞ്ഞില്ല. നിലാവിനൊപ്പം വന്നു വീഴുന്ന നിഴൽകുരിശുകളെ ശ്രദ്ധിക്കുകയായിരുന്നു ഞാൻ. അവൾ വീണ്ടുമെന്റെ മുഖം പിടിച്ചുയുർത്തി. എന്റെ കൈത്തലം മാറിലേക്ക് പിടിച്ചമർത്തി.

എന്റെ ശരീരം ചൂടുപിടിച്ചു. തടിച്ച ചുണ്ടുകൾ മുഖത്തിഴയുമ്പോൾ അറിയാതെ എന്റെ കൈകൾക്ക് ബലംവെച്ചു. ഞാൻ അവരെ ചുറ്റിവരിഞ്ഞു.

സ്കർട്ടിന്റെ അഴിഞ്ഞുപോയ കുടുക്കുകൾ ശരിയാക്കി എഴുന്നേൽക്കുമ്പോൾ അവർ പറഞ്ഞു:

'ഈ സാനിട്ടോറിയത്തിലെ അവസാനത്തെ രോഗിയാണ് നീ. ഇവിടെനിന്ന് പോയാൽ നീ എന്റെ വീട്ടിലേക്ക് വരുമോ?'

'ഉം...'

അവർ വീണ്ടും എന്നെ ചുംബിച്ചു.

എന്നെ ഇക്കിളിപ്പെടുത്തി.

നെഞ്ചിൽനിന്ന് ഒരു രോമം അള്ളിപ്പറിച്ച് എടുത്തു.

'ഞാൻ ഒരു പുരുഷനായിരിക്കുന്നു. ഒത്ത പുരുഷൻ.'

ആരോടെന്നില്ലാതെ അതു പറയുമ്പോൾ എനിക്കും ചിരിവന്നു.

ആശുപത്രിയിൽനിന്ന് പുറത്തുപോകാറായി എന്ന ചിന്ത എന്നെ ഭീതിദനാക്കി. വെളുത്ത ചുമരുകൾ എന്നെ ഓർമ്മപ്പെടുത്തിയത് ഞാൻ നേരിടാൻ പോകുന്ന ശൂന്യതയാണ്.

ഒരു രാത്രി ഞാൻ അസാധാരണമായ ഒരു കിനാവ് കണ്ടു. കീറിപ്പിഞ്ഞിയ കടലാസ് കണക്കേ ഞാൻ കാറ്റിൽ ചിതറിപ്പറക്കുന്ന ഒരു കിനാവ്. ഏറെ ഉയരത്തിലൂടെ ദൂരമേറെ താണ്ടിക്കഴിഞ്ഞപ്പോൾ കാറ്റു നിൽക്കുന്നു. അമിട്ടിൽനിന്ന് പുറത്തുപോകുന്ന വിചിത്രങ്ങളായ രൂപങ്ങൾക്ക് കൈകാട്ടി നിൽക്കുന്ന കുട്ടികളാണ് താഴെ. ചിത

റിപ്പായുന്ന എന്റെ കടലാസ് രൂപങ്ങൾക്കുവേണ്ടി അവർ കൂവിയാർക്കുന്നു...

ആ സ്വപ്നത്തിൽനിന്ന് ഞെട്ടിയുണർന്ന ഞാൻ പിന്നെ ഉറങ്ങിയതേയില്ല.

സാനിട്ടോറിയത്തിൽനിന്നും പുറത്താക്കപ്പെട്ടതോടെ ഞാൻ ആകെ തളരുകയായിരുന്നു.

അയൽവീട്ടിലെ ഒരു ചെറുപ്പക്കാരനെയും കൂട്ടിയാണ് അമ്മ സാനിട്ടോറിയത്തിൽ വന്നത്.

എന്റെ പുസ്തകങ്ങളും വസ്ത്രങ്ങളും മരുന്നുകുപ്പികളുമൊക്കെ അമ്മ തന്നെയാണ് എടുത്തുവെച്ചത്.

നേഴ്സ് സാനിട്ടോറിയത്തിലെ ഗേറ്റുവരെ എന്നെ അനുഗമിച്ചു. എന്റെ അരികിൽ ചേർന്നുനിന്നുകൊണ്ട് തുടയിൽ പിടിച്ചമർത്തി പറഞ്ഞു:

'നീ എന്റെ വീട്ടിൽ വരണം. ഞാൻ പറഞ്ഞുതന്ന സ്ഥലം നിനക്കോർമ്മയില്ലേ?'

ഞാൻ ഒന്നും പറഞ്ഞില്ല. പരിഭ്രാന്തിയും വേദനയും എന്നെ വലയം ചെതിരിക്കുകയായിരുന്നു. ഗേറ്റ് കടന്ന് റോഡിലേക്ക് ഇറങ്ങുമ്പോൾ ഞാൻ തിരിഞ്ഞുനോക്കി. നേഴ്സ് മതിലിൽ ചാരിനിന്ന് എന്റെ നേർക്ക് കണ്ണിറുക്കി. ഞാൻ മുഖംവെട്ടിച്ച് അമ്മയ്ക്കൊപ്പം എത്താൻ ധൃതിവെച്ചു.

വെയിറ്റിങ് ഷെഡ്ഡിൽ കാത്തുനിൽക്കുന്ന ഞാൻ അമ്മയെ അളക്കാൻ ശ്രമിച്ചു. കഴിഞ്ഞമാസം ആശുപത്രിയിൽ വരുമ്പോൾ അമ്മയ്ക്ക് ഇത്ര ക്ഷീണമുണ്ടായിരുന്നില്ല. അമ്മയാകട്ടെ എന്നെ ശ്രദ്ധിച്ചതേയില്ല. ഇടയ്ക്കിടെ റോഡിലേക്ക് എത്തിനോക്കിക്കൊണ്ടിരുന്നു.

അമ്മയോട് എന്തെങ്കിലും ചോദിച്ചാലോ എന്നുതോന്നി. പക്ഷേ, ഞങ്ങൾക്കിടയിൽ വളർന്നുവരുന്ന അപരിചിതത്വം താങ്ങാനാവില്ലെന്ന് അറിയാവുന്നതുകൊണ്ട് ഞാൻ കുനിഞ്ഞിരുന്നു.

ഈ അപരിചിതത്വം ഏറെക്കാലമായിട്ടുള്ളതാണ്. ഓർമ്മവെച്ച നാൾ മുതൽ അമ്മയുടെ അതിഥികളെ കണ്ടുകണ്ടുണ്ടായ മടുപ്പിൽനിന്നാകാം അതാരംഭിച്ചിട്ടുള്ളത്. രോഗിയായി വീട്ടിൽ കിടക്കുമ്പോൾ തുടങ്ങിയ പിരിഞ്ഞകലൽ സാനിട്ടോറിയത്തിൽ എന്നെ പ്രവശിപ്പിച്ചതുമുതൽ പൂർണ്ണമായി.

'നിനക്ക് ക്ഷീണം തോന്നുന്നുണ്ടോ?' ഇടയ്ക്ക് അമ്മ ചോദിച്ചു.

'ഇല്ല.'

അല്ലെങ്കിൽതന്നെ ഇങ്ങനെ ചോദിക്കേണ്ട കാര്യമെന്താണ്? അതും ഒരു രോഗിയോട്. അമ്മ ആരോടെന്നില്ലാതെ പറയുന്നു.

'വേണമെങ്കിൽ ഓറഞ്ചോ മറ്റോ വാങ്ങിക്കാം.'

'വേണ്ട.'

എന്റെ പ്രതികരണത്തിൽ അമർഷമുണ്ടായിരുന്നോ?

അമ്മ പിന്നീടൊന്നും പറഞ്ഞില്ല.

ഞാൻ വീട്ടിൽ ഒറ്റപ്പെടുകയായിരുന്നു.

രാവിലെ അമ്മ തീപ്പെട്ടിക്കമ്പനിയിലേക്ക് പോയാൽ അവൾ മാത്രമാണ് കൂട്ട്. അവൾ ഉള്ളതും ഇല്ലാത്തതും ഒരുപോലെയാണ്. ഒറ്റപ്പെടുന്നതിന് തുല്യം.

ഇടയ്ക്കിടെ അവൾ വന്ന് മുറിയിലേക്ക് എത്തിനോക്കും. ഞാനെന്തെങ്കിലും വായിക്കുകയാണെങ്കിൽ മുറിയിലേക്ക് കടന്നുവരും. വെറുതെ എന്നെത്തന്നെ നോക്കിക്കൊണ്ട് കിടക്കയ്ക്കരികിൽ വന്നു നിൽക്കും. അല്ലെങ്കിൽ മരുന്നുകുപ്പികൾ എടുത്തുനോക്കും. പുസ്തകം മറിച്ചുനോക്കും.

ഞാൻ സാനിട്ടോറിയത്തിലേക്ക് പോകുന്നതിന് അല്പദിവസം മുമ്പാണ് അവളവിടെ താമസമാക്കിയത്. അമ്മയുടെ അകന്ന ചാർച്ചക്കാരി.

എനിക്കവളെ കാണുന്നത് ഇഷ്ടമല്ല. കാരണം അവളും ഒരു രോഗിയാണ്. ഹൃദയത്തിന്റെ വാൽവിന് എന്തോ തകരാറുള്ള അവൾക്ക് പ്രായത്തിനനുസരിച്ച വളർച്ചയില്ല.

നെല്ലിക്കാപോലുള്ള മുലകൾ.

പരന്ന നെഞ്ചിൽ അതിനൊരു ചന്തവുമില്ല.

നീർക്കെട്ടുള്ള മുഖത്തിന് യാതൊരു ചേർച്ചയുമില്ലാത്ത ചീർത്തു മലച്ച ചുണ്ടുകൾ. എപ്പോഴും അവൾ ഏങ്ങിവലിച്ചുകൊണ്ടിരിക്കും. മുറിയിൽ അവൾ വന്നാൽ ഞാൻ അനാവശ്യമായി കയർക്കും.

എന്നിട്ടും എന്തുകൊണ്ടെന്നറിയില്ല ഒരു ദിനം എനിക്കവളോട് സ്നേഹം തോന്നി.

'നീ ഇവിടെ വാ.'

ഞാനവളെ അരികിലേക്ക് വിളിച്ചു. ആദ്യം അവൾ മടിച്ചു. പിന്നെ സങ്കോചത്തോടെ അടുക്കലെത്തി.

'കുറച്ചുനേരം എന്റെ നെഞ്ചുഴിഞ്ഞുതാ.'

പരിഭ്രമമോ അത്ഭുതമോ കലർന്ന വികാരത്തോടെ അവളെന്റെ നെഞ്ച് തലോടിത്തന്നു. അപ്പോൾ പെരുവിരലിൽനിന്ന് തരിപ്പ് പൊട്ടിപ്പടർന്നു. ഞാനവളുടെ കൈത്തലം താഴേക്ക് ഉരച്ചുനീക്കി. അടിവയറ്റിലൂടെ... നാഭിയിലൂടെ.

ചലനത്തിന്റെ ദ്രുതവേഗം.

താളാത്മകമായ ആവർത്തനം.

പെട്ടെന്നവൾ കൈപ്പടം പിൻവലിച്ച് പിടഞ്ഞെഴുന്നേറ്റു. എന്നിട്ട അവജ്ഞയോടെ എന്നെ തുറിച്ച് നോക്കി.

ഞാനവളെ ബലമായി പിടിച്ചുനിർത്തി.

'നോക്ക് ഈ നെഞ്ചിൽനിന്ന് ഒരു രോമം പറിച്ചെടുക്ക്.'

അപ്പോൾ അവൾ അപസ്മാരബാധയേറ്റ് നിലത്തുവീണുകിടന്നു പിടഞ്ഞു.

വായിൽനിന്ന് നുരയും പതയും ഒഴുകി. അവൾ കൂവിയാർക്കുമെന്നാണ് കരുതിയത്, അതുണ്ടായില്ല. ഞാൻ ജാലകത്തിനരികെ ചെന്നുനിന്നു. അവളുടെ തേങ്ങൽ കിതപ്പായി മാറി. എന്റെ തലച്ചോറിലേക്ക് ശവംതീനിപ്പക്ഷികൾ കൊക്കാഴ്ത്തുന്നത് ഞാനറിഞ്ഞു. അസഹനീയതയോടെ ഞാൻ നെറ്റി ചേർത്തത് ജനൽകുറ്റിയിലെ ആണിയിലായിരുന്നു. ചോര കിനിഞ്ഞുതുടങ്ങിയപ്പോഴാണ് എനിക്ക് തിരിച്ചറിവുണ്ടായത്.

അവൾ എഴുന്നേറ്റിരിക്കുകയായിരുന്നു.

ആ മുഖം വിളറി നീലിച്ച് പോയിരുന്നു.

ഞാൻ അവൾക്കരികിൽ കുന്തിച്ചിരുന്നു. അവൾ എന്റെ നെറ്റിയിലേക്ക് വിരൽ ചൂണ്ടി. അസാധാരണമായ ശബ്ദമുണ്ടാക്കി അവൾ പുറത്തേക്കോടി.

പരിചിതമായ ആളുകളിൽനിന്നും ഞാൻ മുഖം വെട്ടിച്ചു നടന്നു. എന്നിട്ടും ആളുകൾ എന്നെ വെറുതെ വിട്ടിരുന്നില്ല.

അയൽവീട്ടിലെ പലരും ഇടയ്ക്കിടെ വന്ന് പൊയ്ക്കൊണ്ടിരുന്നു. ആശുപത്രിയിൽ വരാൻ പറ്റാത്തതിന് പലർക്കും പല കാരണങ്ങൾ. എത്ര നേരമാണ് അവരൊക്കെ പ്രാരാബ്ധം പറഞ്ഞിരിക്കുക!

രോഗവിവരം അന്വേഷിക്കുകയും ആയുസ്സ് തിരിച്ചുകിട്ടിയത് ദൈവാധീനം കൊണ്ടാണെന്ന് പറയുകയും ചെയ്തു അവർ. സാനി

ട്ടോറിയത്തിലെ അനുഭവങ്ങളെക്കുറിച്ച് ചിലർക്ക് വിശദമായി അറിയണം. ഒന്നും പറയാൻ എനിക്ക് മനസ്സുവരുന്നില്ല.

പെട്ടെന്നൊരു ദിവസമാണ് അയാൾ കയറിവന്നത്. താടിയും മുടിയും നീട്ടി ഭിക്ഷാംദേഹിയെപ്പോലെ ഒരാൾ. അയാളെ കണ്ടതും ഞാൻ എഴുന്നേറ്റിരിക്കാൻ ശ്രമിച്ചു. പക്ഷേ, ധൃതിയിൽ വന്ന് അയാളെന്നെ തടഞ്ഞു.

അപരിചിതത്വത്തിന്റെ സുതാര്യമായ പടലം മാറിക്കിട്ടാൻ സമയമെടുത്തു. പ്രാഥമിക വിദ്യാലയത്തിലെ നാലാംക്ലാസിൽ, പിൻബെഞ്ചിൽനിന്ന് ആ മുഖം കണ്ടെടുക്കാൻ കഴിഞ്ഞപ്പോൾ ഞാൻ പറഞ്ഞു:

'കൃഷ്ണൻകുട്ടി.'

അവനെന്നെ കെട്ടിപ്പിടിച്ചു.

'നീയെന്നെ തിരിച്ചറിയുമെന്ന് പ്രതീക്ഷിച്ചില്ല.'

വൈയക്തികമായ ആഴങ്ങളിലേക്ക് ഞങ്ങൾ ഊളിയിട്ടു. ഭൂതകാലത്തിന്റെ പൊടിപാറിയ ഏടുകൾ പൊടിതട്ടിയെടുത്ത് വായിച്ചു. ചില ഏടുകൾ പൊടിഞ്ഞുപോകാൻ തുടങ്ങിയപ്പോൾ നിശ്ശബ്ദരായി.

കൃഷ്ണൻകുട്ടി പറഞ്ഞു:

'കുറേ അലഞ്ഞു. കുറച്ചൊക്കെ സമ്പാദിച്ചു. ഇനി എന്തെങ്കിലും ബിസിനസ് തുടങ്ങിയാലോ എന്ന് വിചാരമുണ്ട്. അച്ചടിശാലയിലെ പണി നന്നായറിയാം.'

സംസാരം എന്നെക്കുറിച്ചായപ്പോൾ അവൻ അസ്വസ്ഥനാകുന്നത് ഞാൻ ശ്രദ്ധിച്ചു. എനിക്ക് ചിരിവന്നു. ദുരിതങ്ങൾ ഏറ്റു തഴമ്പിച്ച എനിക്ക് ഇപ്പോഴുള്ളത് തികഞ്ഞ നിസ്സംഗതമാത്രം.

യാത്ര പറയുമ്പോൾ അവൻ പറഞ്ഞു:

'ഇനിയും വരാം ഞാൻ. പൊട്ടിയ ചില്ലുകളൊക്കെ ചേർത്തുവെച്ച് നല്ലൊരു പ്രതിമയുണ്ടാക്കാൻ ശ്രമിച്ചുനോക്ക്. ഞാനും സഹായിക്കാം.'

പിന്നീടവൻ വന്ന ദിവസം ഞാൻ ജനലിലൂടെ അസ്തമയം കാണുകയായിരുന്നു.

അവൻ പറഞ്ഞു:

'ജനലഴികൾക്കിടയിലൂടെ അസ്തമയം കാണരുത്. പുറത്തിറങ്ങിനടന്നുകൂടെ നിനക്ക്?"

കുറേനേരം ഞങ്ങൾ സംസാരിച്ചിരുന്നു.

കൃഷ്ണൻകുട്ടി സംസാരിക്കുമ്പോഴൊക്കെ എനിക്ക് വിസ്മയമായിരുന്നു. ക്ലാസിലെ പിൻബെഞ്ചുകാരൻ എത്ര മാറി. എന്നും അവൻ കൊണ്ടുവന്നിരുന്നത് പൊട്ടിയ ഒരു സ്ലേറ്റായിരുന്നു. അതിൽനിന്ന് വിശ്വാസത്തിന്റെ ഒരു വലിയ ലോകം അവൻ പടുത്തുകെട്ടിയിരുന്നു എന്നറിയുമ്പോൾ എല്ലാം എനിക്കൊരു കിനാവുപോലെ.

'നീ പുറത്തിറങ്ങാറില്ലേ?' അവൻ ചോദിച്ചു.

'ഇല്ല.'

'അതിനുമാത്രം ക്ഷീണമുണ്ടോ നിനക്ക്?'

'ഇല്ല.'

'പിന്നെ?'

'എന്തോ എനിക്കിപ്പോൾ വെളിച്ചത്തെ ഭയമാണ്.'

'വെളിച്ചത്തെ ഭയന്നുഭയന്ന് നീ മൂങ്ങയാകുമോ? ഒരു കാഫ്കെയൻ മെറ്റമോർഫൊസിസ്?'

അതുപറഞ്ഞ് അവൻ ചിരിച്ചു.

പിന്നെ ആജ്ഞയുടെ സ്വരത്തിൽ പറഞ്ഞു:

'ഷർട്ടെടുത്തിട്.'

ഞാനവനെ അനുസരിച്ചു.

കവലയിൽനിന്ന് ആഞ്ഞിലാറക്കുന്നിന്റെ നേർക്ക് തിരിയുന്ന പാതയിലെത്തുമ്പോൾ കൃഷ്ണൻകുട്ടി പറഞ്ഞു:

'നമുക്ക് താഴ്വരയിലേക്ക് നടക്കാം.'

താഴ്വരയിൽ അസ്തമയമായിരുന്നു.

കുറേനേരം അസ്തമയം നോക്കിയിരുന്നു.

ചേക്കേറാൻപോകുന്ന പക്ഷികളെക്കുറിച്ച് പറഞ്ഞു.

പെട്ടെന്ന് കൃഷ്ണൻകുട്ടി പറഞ്ഞു:

'ഈ കുന്ന് കയറാമോ നമുക്ക്?'

'കയറാം.'

'അസ്തമയത്തിലൂടെ നടന്നുകയറി ഉദയത്തിലൂടെ നാം മറുപുറമെത്തും.'

അതു പറഞ്ഞ് കൃഷ്ണൻകുട്ടി പൊട്ടിച്ചിരിക്കാൻ തുടങ്ങി.

അസാധാരണമായ ഒരു വെളിച്ചത്തിലേക്ക് ഞാനും നിവരുകയാണെന്നറിഞ്ഞു.

(1981)

ഒരു യാത്രയുടെ കഥ

വർഷാരംഭത്തിലാണ് ആ രോഗത്തിന്റെ അടയാളങ്ങൾ വെളിപ്പെടാൻ തുടങ്ങിയത്. എന്റെ ശരീരത്തിന് അന്നേവരെ അപരിചിതമായ തരത്തിലുള്ള ചുമയിൽനിന്നായിരുന്നു തുടക്കം. ഏറെനേരം സംസാരിക്കുമ്പോഴേക്കും ചുമയും ശ്വാസതടസ്സവും ആഴമേറിയ അസ്വസ്ഥത സൃഷ്ടിക്കും. ക്ലാസെടുക്കുമ്പോഴാണ് ഏറെ പ്രയാസം. അല്പമൊന്ന് ശബ്ദമുയർത്തിയാൽ മതി, ചുമ അനിയന്ത്രിതമാവും.

സ്കൂളിനടുത്തുതന്നെ പ്രൈമറി ഹെൽത്ത് സെന്ററുണ്ട്. അവിടത്തെ ഡോക്ടറെ ചെന്നുകണ്ടു. ശ്വാസകോശത്തിലെ എന്തോ ഇൻഫെക്ഷൻ എന്നായിരുന്നു അദ്ദേഹത്തിന്റെ നിഗമനം. കഫക്കെട്ടിനുള്ള ഒരു ആന്റിബയോട്ടിക് മരുന്ന് കുറിച്ചുതന്നു. സാധാരണഗതിയിൽ അതുകൊണ്ട് ശമനമുണ്ടാവേണ്ടതാണ്. പക്ഷേ, ചുമ കൂടിവന്നതേയുള്ളൂ.

വേലായുധൻ ഡോക്ടറെ ചെന്നു കാണാനായിരുന്നു പിന്നത്തെ തീരുമാനം. അദ്ദേഹത്തെ എനിക്ക് അത്ര വിശ്വാസമായിരുന്നു. കുഞ്ഞുന്നാൾതൊട്ടേ എന്റെ ശരീരം അദ്ദേഹത്തിന് അത്രയ്ക്ക് പരിചിതമാണ്. ഞാൻ ഹൈസ്ക്കൂളിൽ പഠിക്കുന്ന കാലത്ത് സ്കൂളിനടുത്ത ആശുപത്രിയിൽ അദ്ദേഹമുണ്ടായിരുന്നു. ശരീരത്തിന്റെ സങ്കീർണമായ ഘടനയിലേക്ക് കടന്നുചെല്ലുന്ന ദൈവാംശം അദ്ദേഹത്തിന്റെ നേത്രങ്ങൾക്കുണ്ടായിരുന്നുവെന്ന് അന്നൊക്കെ എല്ലാവരും പറഞ്ഞിരുന്നു. ആശുപത്രി തുറക്കുമ്പോഴേക്ക് നീണ്ട ക്യൂ പ്രത്യക്ഷപ്പെട്ടുകഴിഞ്ഞിരിക്കും. കാൽവണ്ണയിലെ പഴുത്തൊലിക്കുന്ന വ്രണങ്ങളുമായി ഞാനും ആ ക്യൂവിൽ നിന്നിട്ടുണ്ട്. എന്റെ ശരീരത്തിലെ വ്രണങ്ങൾ അത്രയും എടുത്തുമാറ്റി കൂട്ടു

കാർക്കൊപ്പം കളിച്ചുനടക്കാനുള്ള ബാല്യം തിരിച്ചുതന്നത് അദ്ദേഹമാണ്.

സാധാരണബിരുദം മാത്രം കൈമുതലായ അദ്ദേഹം അസാധാരണമായ രോഗനിർണ്ണയശേഷികൊണ്ടാണ് ശ്രദ്ധേയനായത്. വളരെക്കാലം ചികിത്സാരംഗത്തുനിന്ന് വിട്ടുനിന്നതിനുശേഷമാണ് അദ്ദേഹം ഗവൺമെന്റ് സർവ്വീസ് ഉപേക്ഷിച്ചുപോയത്. പിന്നീട് കൃഷിയും ആർത്തിയില്ലാത്ത ചികിത്സയുമായി മറ്റൊരിടത്ത് അദ്ദേഹം ശമനത്തിന്റെ പൂന്തോട്ടം നിർമ്മിച്ചു.

ആ സ്പർശത്തിൽ എനിക്ക് ശരിക്കും വിശ്വാസമായിരുന്നു.

അലർജിക്ക് ബ്രോങ്കൈറ്റീസ് എന്നായിരുന്നു അദ്ദേഹത്തിന്റെ വിധിയെഴുത്ത്. പെട്ടെന്ന് ശ്വാസതടസ്സം മാറാൻ ബെറ്റ്നസോൾ ഇഞ്ചക്ഷൻ തന്നു. ആസ്ത്മ ചികിത്സയ്ക്കുപയോഗിക്കുന്ന തിയോഫെലിനും ഡെറിഫിലിനും, സാൽബൂട്ടാമോളും അടങ്ങുന്ന മരുന്നുകൾ കുറിച്ചുതന്നു.

നേരത്തെ തീരുമാനിക്കപ്പെട്ട ഒരു യാത്രയെക്കുറിച്ച് ഞാൻ ഡോക്ടറോട് സൂചിപ്പിച്ചു. അത് ഉപേക്ഷിക്കാനാണ് അദ്ദേഹം പറഞ്ഞത്.

പക്ഷേ, എനിക്കത് വയ്യായിരുന്നു.

കാവേരിയുടെ പുരുഷൻ എന്ന നോവൽ തിരുത്തിയെഴുതണം. അതിനായി കാവേരിയിൽ ഒരിക്കൽക്കൂടി മുങ്ങിനിവരണമെന്ന് ഞാൻ ആഗ്രഹിച്ചു. ഒരു വ്യാഴവട്ടം മുമ്പ് തലക്കാവേരിയിലേക്ക് നടത്തിയ യാത്രയുടെ ഓർമ്മ വെച്ച് എഴുതിയതാണ്. തിരുത്തിയെഴുതാൻ നോക്കിയപ്പോൾ കാവേരിയുടെ മണം ഓർമ്മയിലേക്ക് വരുന്നില്ല. അതിനാൽ ഒരിക്കൽക്കൂടി മുങ്ങിനിവരാതെ വയ്യായിരുന്നു.

മലമുകളിലേക്കുള്ള യാത്ര ആകാശത്തെ അറിയാൻവേണ്ടിയാണ്. ആകാശത്തെക്കുറിച്ചുള്ള എന്റെ നല്ല ഓർമ്മകളൊക്കെയും മലകളെക്കുറിച്ചും വിശാലമായ ഭൂപരപ്പുകളെക്കുറിച്ചുമുള്ള ഓർമ്മകളാണ്.

മാനന്തവാടിയായിരുന്നു ആദ്യത്തെ താവളം. രണ്ട് ചങ്ങാതിമാർ കൂട്ടിനുണ്ട്. പുറത്തേക്ക് നോക്കിക്കൊണ്ടിരുന്ന കണ്ണനെന്ന ഫോട്ടോഗ്രാഫർ സുഹൃത്തും അകത്തേക്ക് നോക്കിക്കൊണ്ടിരിക്കുന്ന ഷെൽവിയെന്ന കവിമിത്രവും.

ഞാനാകട്ടെ അകത്തേക്കും പുറത്തേക്കും നോക്കാനാവാത്ത വിഹ്വലതകളിലാണ്. മരുന്ന് ആശ്വാസം തരുന്നുണ്ട്. എന്നാലോ ചില നേരങ്ങളിൽ പേടിപോലെ ചുമ പടരുമ്പോൾ ഞാൻ ആകാശ ങ്ങളെയും വിസ്മരിക്കുന്നു.

ടൗണിലൂടെ നടക്കുമ്പോൾ കളിയാട്ടത്തിന്റെ ചുമരെഴുത്ത് കണ്ടു. ഏതോ ആദിവാസി ഊരിന്റെ അകത്തു നടക്കുന്ന തെയ്യക്കളിയാട്ട മാണ്. വയനാടൻ തണുപ്പിൽ ഇറങ്ങിനടക്കുക അത്ര സുഖകരമായി രിക്കില്ല. താഴ്വരയിലെ കനത്ത ഇരുട്ടിൽ ഉറഞ്ഞാടുന്ന തെയ്യക്കോ ലങ്ങൾ മോഹിപ്പിച്ചു. ജീപ്പ് വാടകയ്ക്കെടുത്ത് പോകാനായിരുന്നു തീരുമാനം. നാട്ടുവഴികൾക്ക് മഞ്ഞിലലിയുന്ന പലതരം പച്ചകളുടെ മണമായിരുന്നു.

ചെറിയ ആൾക്കൂട്ടമേ ഉണ്ടായിരുന്നുള്ളൂ.

സൗമ്യതയുള്ള വേഷങ്ങളേ അന്നുണ്ടായിരുന്നുള്ളൂ. തണുപ്പ് അകത്തേക്ക് പടരുമ്പോൾ ശ്വാസകോശം വിറകൊള്ളാൻ തുടങ്ങി. കളിയാട്ടം തീരുംമുമ്പ് ഞങ്ങൾ മടങ്ങി.

പ്രഭാതത്തിൽ തിരുനെല്ലിയിലെത്തി.

തലേന്നാളത്തെ അസ്വാസ്ഥ്യത്തിന്റെ ഒരടയാളവും എന്റെ ശരീരം അപ്പോൾ കാണിച്ചില്ല. അവിടത്തെ കയറ്റിറക്കങ്ങളിൽ ശ്വാസകോശം വിറപൂണ്ടതുമില്ല. കാളിന്ദിയിൽ ശരിക്കും മുങ്ങിക്കുളിച്ചു. വനഭൂമി യിലൂടെ ചുറ്റിനടന്നു. തിരുനെല്ലിയുടെ കയറ്റിറക്കങ്ങൾക്ക് കാട്ടു തുളസിയുടെ ഗന്ധമാണ്.

പക്ഷിപാതാളത്തിലേക്കു പോകാതെ തോൽപ്പെട്ടിവഴി മർകാറ യിലേക്കു പോയി. കുടകുമലയിലെ സൗമ്യമായ തണുപ്പിനോടും എന്റെ ശ്വാസകോശം കലഹിക്കാൻ നിന്നില്ല.

ഒരു പകലും ഒരു രാത്രിയും നിസർഗധാമിലായിരുന്നു. കാവേ രിയുടെ ചുറ്റിയൊഴുക്കിലൂടെ രൂപപ്പെട്ട മുളങ്കാടുകളുടെ ദ്വീപാണ ത്. പകൽ മുഴുവൻ തിബത്തൻ കുട്ടികൾ മുളങ്കാടുകൾക്ക് മുഴക്ക മേറിയ ഒച്ച നൽകി. രാത്രിയിൽ വന്യമായ നിശ്ശബ്ദത.

പിറ്റേന്ന് പ്രഭാതത്തിൽ നിസർഗധാം വിട്ടുപോകുമ്പോൾ ഷെൽവി മറ്റൊരു വഴിക്കുപോയി. ഭാഗമണ്ഡലത്തിൽനിന്ന് തലക്കാ വേരിയിലേക്ക് നടന്നു കയറിയ പഴയൊരു ഓർമ്മ ദീപ്തമാക്കിയി ട്ടുണ്ട്. തലക്കാവേരിയിലേക്കുള്ള ബസ്സിലിരിക്കുമ്പോൾ ആ ഓർമ്മ

യിലായിരുന്നു ഞാൻ. കാട്ടുപാതയ്ക്കരികിലെ ചെറിയ വീടുകളിലൊക്കെ തേൻകുപ്പികൾ നിറച്ചുവെച്ചിരുന്നു അന്ന്. തലക്കാവേരിയുടെ താഴ്വരകളിലൊക്കെ തേൻകൂടുകളുടെ സമൃദ്ധിയായിരുന്നു. തേൻ മണക്കുന്ന വഴികളിലൂടെ നടന്നുകയറാൻതന്നെയായിരുന്നു മോഹം. ആദ്യത്തെ യാത്രയിൽ ചിന്നച്ചാമിയും കാവേരിയും ഉണ്ടായിരുന്നു കൂടെ.

'ഭാഗമണ്ഡലത്ത് ഇറങ്ങിനടന്നാലോ നമുക്ക്.' ഞാൻ കണ്ണനോട് ചോദിച്ചു.

വേണ്ട. രോഗം മാറിയിട്ട് വീണ്ടും വരാം നമുക്ക്.'

കാവേരിതീർത്ഥത്തിൽ മുങ്ങുമ്പോൾ ഏത് വിശ്വാസത്തിലേക്കാണ് ആണ്ടുപോയത് എന്ന് നിശ്ചയമില്ലായിരുന്നു. മുന്നൂറ്റി അറുപത്തഞ്ച് പടവുകൾ കയറി ബ്രഹ്മഗിരിയുടെ മുകളിൽ ചെന്നു. ദൂരെ കാറ്റാടികളുടെ പങ്കകൾ ആകാശം തേടുന്നു. പടിഞ്ഞാറ് കടൽനീലത്തിന്റെ ഒറ്റവരയിലേക്ക് നോക്കുമ്പോൾ വല്ലാത്തൊരു കാറ്റിൽ ഞാൻ ശരിക്കും ഉലഞ്ഞു.

യാത്ര പിന്നെയും നീണ്ടുപോയി. കയറാനുള്ള മലകൾ പിന്നെയും ബാക്കി.

ശ്രാവണബലഗോളയിൽ ഇന്ദ്രഗിരിയും ചന്ദ്രഗിരിയും. പടവുകൾ... പടവുകൾ... പടവുകൾ! പാദുകം അഴിച്ചുവെച്ചിട്ടുവേണം പടവുകൾ കയറാൻ. വെയിലിൽ വെന്ത പാറകളുടെ ചൂട് ഒട്ടും സഹനീയമല്ല.

പടവുകയറുന്ന പ്രാർത്ഥനയിൽ വീണ്ടും ഏതോ ഒരു വിശ്വാസം എന്നെ മൂടുന്നു.

ചന്ദ്രഗിരിയുടെ ചെരുവിൽ അസാധാരണമായ വർണഭംഗികളും വിള്ളലുകളുടെ ചിത്രവേലകളുമുള്ള ഒരു പാറ ഞാൻ കണ്ടു. ആ കൂറ്റൻകല്ലിന് കോഴിമുട്ടയുടെ ആകൃതിയായിരുന്നു.

കല്ലിലേക്ക് ചൂണ്ടി ഞാൻ പറഞ്ഞു;

'ചിലപ്പോൾ ഒരു കരിങ്കൽചീളായിരിക്കും ആ കല്ലിനെ ചന്ദ്രദിരിയുടെ ചെരിവിൽ ഉറപ്പിച്ചുനിർത്തുന്നത്. അസാധാരണമായ ചില കുടുക്കുകളിൽ ഒരു കരിങ്കൽചീളിനും ഭൂമിയോളം ബലം കിട്ടും.'

ശ്രാവണബലഗോളയിൽനിന്ന് തിരിച്ചുവന്നപ്പോൾ ആ ചുമയും ശ്വാസതടസ്സവും തിരിച്ചുവന്നു. ശ്വാസകോശത്തിന് പുറത്തേക്ക് എന്തോ വ്യാപിക്കുന്നു എന്ന തോന്നൽ. ഭക്ഷണമൊക്കെ അന്നനാ

ളത്തിൽ തടഞ്ഞുനിൽക്കുംപോലെ.

വീണ്ടും ഡോക്ടറെ ചെന്നു കണ്ടു.

ചെറിയൊരു കോഴ്സ് ആന്റിബയോട്ടിക് ഗുളിക നിർദ്ദേശിച്ചു.

നീർക്കെട്ട് പോകാനും ചില മരുന്നുകൾ.

അതുണ്ടാക്കിയ ശമനവും താത്ക്കാലികമായിരുന്നു.

ചുമയും ശ്വാസതടസ്സവും സഹിക്കാം. ഭക്ഷണം കഴിക്കാനുള്ള വിഷമം കൂടിക്കൂടി വരികയാണ്. തടസ്സംപോലെ തോന്നിയത് കടച്ചിലും വേദനയുമായി. നിവൃത്തികെട്ടപ്പോൾ ഞാൻ ഡോക്ടർ രാധാകൃഷ്ണനെ ചെന്നുകണ്ടു.

എന്റെ ആത്മമിത്രം.

എലൈറ്റ് മിഷൻ ആശുപത്രിയിലെ ഇൻഫെർട്ടോളജിസ്റ്റ്. എഴുത്തുകാരനാണ്. ബീഹാറിന്റെ ചരിത്രവും ഭൂപ്രദേശവും നിറഞ്ഞുനിൽക്കുന്ന 'പാടലീപുത്രം' എന്ന അദ്ദേഹത്തിന്റെ നോവൽ ഒരു രാത്രി ഉറക്കമിളച്ചിരുന്ന് ഞങ്ങൾ വായിച്ചിരുന്നു. അതിൽപിന്നെ കുറേക്കാലമായി കണ്ടിരുന്നില്ല. ഇത്രയൊക്കെ വേദനതിന്നിട്ടും ചെന്ന് കാണാത്തതിൽ പരിഭവം പറഞ്ഞു. പിന്നെ അദ്ദേഹമെന്നെ ഡോക്ടർ ഉദയഭാനുവിന്റെ വീട്ടിലേക്ക് കൊണ്ടുപോയി.

'ഗ്യാസ്റ്ററൈറ്റീസാണ്. ബ്രോങ്കൈറ്റിസ് വിട്ടുമാറിയിട്ടില്ല. സാരമാക്കാനൊന്നുമില്ല.'

രണ്ടിനും കൂടിയുള്ള ചികിത്സ ആരംഭിക്കുകയാണ്. ഭക്ഷണത്തിന് കുറേ നിയന്ത്രണങ്ങൾ പറഞ്ഞു.

ഭക്ഷണമേ കഴിക്കാൻ പ്രയാസമായവൻ എന്ത് നിയന്ത്രിക്കാനാണ്?

ഉദയഭാനുവിന്റെ ക്യാബിനു പുറത്തേക്കിറങ്ങുമ്പോൾ ഞാൻ രാധാകൃഷ്ണനോടു പറഞ്ഞു:

'ഡോക്ടറെ തിരുത്താൻ ഞാൻ ആളല്ല. എങ്കിലും പറയട്ടെ. ഈ ശരീരവും വഹിച്ചുനടക്കുന്ന എനിക്കുതന്നെയാണ് ഈ ശരീരത്തെ നന്നായി അറിയാവുന്നത്. ശരീരത്തിന്റെ സൂക്ഷ്മമായ പ്രതികരണങ്ങൾ എന്നോട് ചിലത് പറയുന്നുണ്ട്. രോഗനിർണ്ണയം എവിടെയോ പിഴയ്ക്കുന്നു.'

ഡോക്ടറുടെ ചിരിമാത്രം രാധാകൃഷ്ണന്.

രോഗിയുടെ മാനസികാവസ്ഥയിലേക്ക് ഞാൻ വീണുപോയിരുന്നു. അതിനാൽ ഡോക്ടർമാർ കുറിക്കുന്ന ഏത് മരുന്നും വിഴു

ങ്ങാൻ ഞാൻ തയ്യാറാണ്.

ഒരാഴ്ച മരുന്ന് കഴിച്ചിട്ടും രോഗത്തിന് മാറ്റമില്ല. വീണ്ടും ഞാൻ രാധാകൃഷ്ണനെ കാണാൻ ചെന്നു. കക്ഷിക്ക് സർജറി ദിവസമാണ്. കുറച്ചുനേരം ഓപ്പറേഷൻ തിയറ്ററിൽ കാത്തിരുന്നു. അല്പം കഴിഞ്ഞ് രാധാകൃഷ്ണൻ വേഷം മാറിവന്നു. ഞങ്ങൾ ഉദയഭാനുവിനെ ചെന്നുകണ്ടു.

'സാരമില്ല. ചെറിയ അൾസർ ഉണ്ടായിക്കാണും. എൻഡോസ്കോപ്പി ചെയ്തുനോക്കാം. ഇന്ന് വിശ്വനാഥന്റെ എൻഡോസ്കോപ്പി ദിവസമാണ്. രാവിലെ ഭക്ഷണമൊന്നും കഴിച്ചിട്ടില്ലെങ്കിൽ ഇന്നുതന്നെ ചെയ്യാം.

ഒന്നും കഴിച്ചിരുന്നില്ല ഞാൻ.

'നിരാഹാരത്തിലാണ്. അതാണ് സുഖം.'

ഞാൻ ചിരിച്ചു.

രാധാകൃഷ്ണൻ അപ്പോൾത്തന്നെ എൻഡോസ്കോപ്പിക്ക് ഏർപ്പാട് ചെയ്തു.

വിശ്വനാഥന്റെ മുറിയിലിക്കുമ്പോൾ ഒറ്റപ്പെട്ടുപോയ അനുഭവമായിരുന്നു. രാധാകൃഷ്ണന്റെ കൂട്ടുകാരനാണെന്നറിഞ്ഞിട്ടും യാതൊരു സൗഹൃദഭാവവും അദ്ദേഹത്തിനില്ല. ഒരു രോഗിയെ പരിശോധിക്കാൻ നിമിഷങ്ങളേ വേണ്ടൂ അദ്ദേഹത്തിന്. ഓക്കാനിക്കുന്ന ഒച്ചകളാണ് ഏറെയും. ചിലർ മാത്രം യാതൊരു ഭാവഭേദവുമില്ലാതെ ശവംകണക്കെ കിടന്നുകൊടുക്കുന്നു.

എന്റെ ഊഴം വന്നു.

വയറ്റിലൂടെ ഒരഗ്നിഗോളം കടന്നുപോകുന്ന അനുഭവം. അകം മുഴുവൻ പുറത്തേക്ക് കുടഞ്ഞുകളയാൻ തോന്നുന്ന ഓക്കാനം. കുഴൽ കയറ്റുകയും ഇറക്കുകയും ചെയ്യുന്ന വേദനയിൽ ഞാൻ പുളഞ്ഞു. കൂടെ ഉള്ള ആൾക്ക് പറഞ്ഞുകൊടുക്കുന്ന സാങ്കേതിക സംജ്ഞകളിൽനിന്ന് ചിലതൊക്കെ മനസ്സിലാവുന്നു. അന്നനാളത്തിൽ ഏതോ മാസ് വന്നു മുട്ടി ഉള്ളിലേക്ക് വീർക്കുന്നുണ്ട്. അത് കേൾക്കവെ അകമാകെ കത്തിക്കാളുന്നു. ഓക്കാനം സഹിക്കാൻ വയ്യ. എൻഡോസ്കോപ്പി പരിശോധന തീരാൻ ഏറെ സമയമെടുത്തു. എന്റെ മുമ്പിലൂടെ കടന്നുപോയ ഒരു രോഗിക്കുവേണ്ടിയും അത്രയും സമയം വേണ്ടിവന്നിട്ടില്ല. ടോയ്ലറ്റിൽ പോയി മുഖം കഴുകിവന്നു. ഡോക്ടറോട് എന്തൊക്കെയോ സംസാരിക്കാൻ എനിക്ക്

ആഗ്രഹമുണ്ടായിരുന്നു.

പക്ഷേ, അദ്ദേഹമെന്നെ ഗൗനിക്കുന്നതേയില്ല.

'എന്തേ എന്റെ പരിശോധനയ്ക്കുമാത്രം ഇത്ര സമയമെടുത്തത്?'

'നിങ്ങളിപ്പോൾ പോകൂ. ഞങ്ങൾക്ക് ചില സംശയങ്ങളുണ്ട്.'

ഒരിടിവാൾ എനിക്കുള്ളിലൂടെ പാഞ്ഞുപോകുകയാണ്. വിശപ്പോ ദാഹമോ തോന്നുന്നില്ല. നടക്കുമ്പോൾ കാലിടറുന്നു. ഞാൻ ഉദയഭാനുവിന്റെ മുറിയിലെത്തി. അദ്ദേഹം വിശ്വനാഥനുമായി ഫോണിൽ സംസാരിച്ചു. ശാന്തനായി കാര്യങ്ങൾ വിശദീകരിച്ചുതന്നു. അന്നനാളത്തിൽനിന്ന് ബയോപ്സി എടുത്തിട്ടുണ്ട്. അതിന്റെ റിസൽട്ട് വരണം. രക്തപരിശോധനയ്ക്കുവേണ്ട നീണ്ട ലിസ്റ്റുണ്ട്. എച്ച്.ബി; ഇ.എസ്.ആർ; വി.ഡി.ആർ.എൽ; എച്ച്.ഐ.വി; ഏലീസാ...

അന്നനാളത്തിലെ ബൾജിങ് എന്താണെന്നറിയാൻ ബേറിയം എക്സ്റേ ചെയ്യണം. ചിലപ്പോൾ സി.ടി.സ്കാൻ വേണ്ടിവരും.

ലാബിൽ രക്തം കൊടുത്ത് ഞാൻ പുറത്തിറങ്ങി. രാധാകൃഷ്ണൻ വീട്ടിലാണ്. അവിടെച്ചെന്ന് വിവരങ്ങൾ പറഞ്ഞു.

അദ്ദേഹം ഒന്നും സംസാരിക്കുന്നില്ല. എന്തോ ആശങ്ക മുഖത്ത് നിഴലിക്കുന്നു എന്ന് തോന്നി.

'പാതോളജി റിസൽട്ട് വരട്ടെ. അതുവരെ ഒന്നും ഊഹിക്കാൻ വയ്യ.'

'ഞാൻ പോവ്വാണ്.'

'ഭക്ഷണം കഴിച്ചോ?'

'ഇല്ല.'

'അല്പം പാല് കുടിക്കുന്നോ?'

'വേണ്ട.' ഞാൻ പറഞ്ഞു.

ആരോ ഒരുവൻ എന്നെ പിന്തുടരുന്നു എന്ന് തീർച്ചയായി. കുട്ടിക്കാലത്ത് ഇടവഴിയിലൂടെ സന്ധ്യ ചാഞ്ഞനേരത്ത് ആരോ പിന്തുടരുന്നു എന്ന തോന്നൽകാരണം ഓടിക്കിതച്ചു വീട്ടിലെത്തുമ്പോൾ പേടിച്ചു വിറയ്ക്കുന്ന എന്റെ പുറത്ത് തലോടി ആശ്വസിപ്പിക്കാൻ വല്യമ്മ ഉണ്ടായിരുന്നു. പിന്നെ മച്ചും, മഹാമാന്ത്രികരായ കാരണവന്മാരുടെ അദൃശ്യസാന്നിദ്ധ്യങ്ങളും!

ഇപ്പോഴോ?

എന്തിലെങ്കിലും വിശ്വസിക്കാനില്ലാത്തവനാണ് ഞാൻ. പൊരിവെയിലത്ത് ഇലകൊഴിഞ്ഞ മരത്തിനു ചുവട്ടിൽനിൽക്കുന്ന യാത്ര

ക്കാരനെപ്പോലെ.

വെയിലുതിന്നുന്ന വിധി.

ബേറിയം എക്സ്റേ എടുക്കാൻ മറ്റൊരു ദിവസം ചെന്നു. വീട്ടിൽനിന്ന് ആരെയും കൂട്ടിയില്ല. അവർക്കു മുമ്പിൽ രോഗത്തിന്റെ അറ തുറക്കാൻ എനിക്ക് വയ്യായിരുന്നു.

കൂടെവന്നത് ബാബു അബ്ദുൾജലീലാണ്.

ശാന്തസ്വഭാവക്കാരനായ നക്സലൈറ്റ്.

എക്സ്റേ മുറിയിൽ ബേറിയം വിഴുങ്ങാനായി കാത്തുകിടക്കുമ്പോൾ കോവിലനെ ഓർത്തു.

ബേറിയത്തെക്കുറിച്ചുള്ള എന്റെ ആദ്യത്തെ അറിവ് കോവിലന്റെ ജന്മാന്തരങ്ങൾ എന്ന നോവലുമായി ബന്ധപ്പെട്ടുകിടക്കുന്നു. ആശുപത്രി പശ്ചാത്തലമായിവരുന്ന നോവൽ. ഉദരരോഗിയായ അപ്പാപ്പൻ ബേറിയം മീൽ കഴിക്കുന്നുണ്ട്. ഉപ്പും പുളിയും ചേർത്ത മണ്ണാണ് അതെന്ന് കോവിലൻ എഴുതി. വിശക്കുന്ന രോഗി മണ്ണു തിന്നുന്നു. ബേറിയത്തിന് കോവിലൻ നൽകുന്ന അർത്ഥതലങ്ങൾ അപാരമാണ്. പക്ഷേ, ഞാൻ വിഴുങ്ങിയത് ബേറിയം മീലല്ല. കുഴമ്പാണ്. പഴയൊരു രുചി അന്നേരം നാവിലേക്ക് കയറിവന്നു. ഗ്രഹണിപിടിച്ച കുട്ടിക്കാലത്ത് സ്ലേറ്റുപെൻസിൽ ചവച്ചരച്ചു തിന്നിരുന്നു. ആ ഓർമ്മയിൽ ആണ്ടുകിടക്കവെ പല തവണ ബേറിയം വിഴുങ്ങി. അല്പമൊന്ന് തലയുയർത്തുമ്പോൾ സ്ക്രീനിൽ തെളിയുന്ന അന്നനാളം എനിക്കു കാണാം.

പുതിയ പരിശോധനയിൽ ബൾജിങ്ങ് ഉണ്ട് എന്ന് സ്ഥിരീകരിച്ചതല്ലാതെ അതിന്റെ ഉറവിടമോ കാരണമോ ഒന്നും തെളിഞ്ഞുകിട്ടിയില്ല. സി.ടി.സ്കാൻ. അതിനായി കാത്തിരിക്കണം. ഭക്ഷണം കഴിക്കാനുള്ള പ്രയാസം കൂടിവരുന്നു. രോഗനിർണ്ണയം പൂർത്തിയാവാതെ ചികിത്സ തുടങ്ങില്ല. അൾസർ ഉള്ളതിനാൽ വേദനസംഹാരികൾക്ക് വിലക്ക്.

കടുത്ത വിശപ്പാണ്.

ഭക്ഷണം കഴിക്കാൻ ആർത്തിയാണ്.

ഭക്ഷണം അന്നനാളത്തിലൂടെ കടന്നുപോകുമ്പോഴത്തെ വേദന കാരണം വിശപ്പ് സഹിക്കുന്നു.

സ്കാനിങ്ങിന് പോകുന്ന ദിവസവും ബാബു തന്നെയായിരുന്നു

കൂട്ട്. റിസൽട്ട് അന്ന് കിട്ടിയില്ല. ഒരു തീവണ്ടി ഗുഹ താണ്ടി അപ്പുറം കടക്കുന്നതുപോലെ ശരീരം വെളിച്ചത്തിൽനിന്ന് ഇരുട്ടിലൂടെ വെളിച്ചത്തിലേക്കുതന്നെ.

സ്കാനിങ്ങ് സെന്ററിൽനിന്ന് പുറത്തിറങ്ങിയപ്പോൾ ബാബു തിരിച്ചുപോയി. ഞാൻ അജയകുമാറിനെ തേടിച്ചെന്നു. ചിത്രകാരനായ അജയൻ ലളിതകലാ അക്കാദമിയിൽ സെക്രട്ടറിയാണ്. എന്നോട് പറയാനാവാത്ത കാര്യങ്ങൾ അജയനുമായാണ് രാധാകൃഷ്ണൻ പങ്കിടുന്നത്. അതിന്റെ ആകുലതകൾ അജയനുണ്ട്. അത് പ്രകടിപ്പിക്കുന്നില്ല എന്നേയുള്ളൂ. സംഗീതനാടക അക്കാദമിയുടെ പിന്നാമ്പുറത്ത് ഒരു മാവ് കായ്ച്ചുമറിഞ്ഞ് നില്ക്കുന്നു. അതിൽനിന്ന് മാങ്ങ പറിച്ചുകൊണ്ടുവന്നത് മുരളി നാഗപ്പുഴയാണ്. മുരളിയും ചിത്രകാരൻതന്നെ. മെഡിക്കൽ റെപ്രസെന്റിറ്റീവായും കുറേ ജീവിച്ചുതീർത്ത താണവൻ.

'ഉപ്പും മുളകും കൂട്ടി മാങ്ങ തിന്നാമോ നിനക്ക്?'

മുരളി ചോദിച്ചു.

'ശ്രമിച്ചുനോക്കാം.'

മാങ്ങാച്ചുണയുടെ മണം എനിക്ക് കുട്ടിക്കാലത്തിന്റെ മണമാണ്.

കണ്ണിമാങ്ങാപ്രായത്തിൽ ഗോമാങ്ങ ഉപ്പും പച്ചമുളകും വെളിച്ചെണ്ണയും ചേർത്ത് തിന്നാൻ രസമാണ്. ചൂടും വിയർപ്പും മാങ്ങയുടെ പുളിപ്പും ചേർന്നതാണ് നോവൽ.

ആ ഓർമ്മയിൽ മുരളി മുറിച്ചുതന്ന മാങ്ങയൊക്കെയും ഞാൻ കഴിച്ചു.

'ഉള്ളിൽ നീറ്റൽ തോന്നുന്നുണ്ടോ?' മുരളി ചോദിച്ചു.

'ഇല്ല.'

'നിന്റെ ശരീരത്തിനകത്ത് വലിയ ആപത്ത് ഞാൻ കാണുന്നില്ല.'

മരുന്നു വിറ്റുനടന്നവന്റെ പ്രവചനം.

വിശ്വാസത്തിന്റെ ആദ്യസ്പർശം.

സ്കാനിങ്ങിന്റെ റിപ്പോർട്ട് കിട്ടി.

നെഞ്ചിനകത്ത് എന്തോ വളരുന്നുവെന്ന് സ്ഥിരീകരിക്കുകയാണ്. അത് അർബുദമാവാമെന്നും. അന്നനാളത്തിലെ ബയോപ്സിയുടെ

റിസൽട്ട് കിട്ടി. അതിൽ പ്രശ്നമൊന്നുമില്ല. ഇ.എസ്.ആർ. നൂറുവരെയായി.

കണ്ണിൽ ഇരുട്ടു കയറുന്നു.

ഡോക്ടർക്ക് പിന്നിൽ ശൂന്യതയാണ് ഞാൻ കാണുന്നത്.

ഉദയഭാനു ചിരിക്കാൻ പ്രയാസപ്പെടുന്നു.

'ഡോക്ടർക്ക് എന്ത് തോന്നുന്നു അർബുദത്തിന്റെ ആരംഭം തന്നെയാണോ?'

'സുരേന്ദ്രന്റെ ഇപ്പോഴത്തെ ശരീരനിലവെച്ച് ആവാനിടയില്ല. ഒന്നും ഊഹിച്ചുപറയുന്നതിൽ അർത്ഥവുമില്ല. ആ ഗ്രോത്തിൽനിന്ന് ബയോപ്സി എടുക്കണം. മേജർ സർജറി വേണ്ടിവരും. ഇവിടം കൊണ്ട് ഒന്നും ചെയ്യാൻ പറ്റില്ല. വെല്ലൂരിലേക്കോ കോവൈയിലേക്കോ പോകുന്നതാവും നല്ലത്.

ആശുപത്രിയിൽനിന്ന് പുറത്തിറങ്ങി രാധാകൃഷ്ണനെ വിളിച്ചു. സ്കാനിങ്ങ് റിപ്പോർട്ടിനെപ്പറ്റി പറഞ്ഞു.

'എന്തെങ്കിലുമൊന്ന് തീരുമാനിച്ചുകിട്ടിയാൽ നന്നായിരുന്നു. മാലിഗ്നൽ ഗ്രോത്താണെങ്കിൽ ഒരു പരീക്ഷണത്തിന് ഞാനില്ല. കുട്ടികൾക്ക് കരുതിവെക്കേണ്ട പണമൊക്കെ ആശുപത്രിയിൽ കൊടുത്ത് മരിച്ചുപോയാൽ പിന്നീടൊരു കാലത്ത് അവരുമെന്നെ ശപിക്കില്ലേ? അർബുദചികിത്സ ഒരു കുലുക്കിക്കുത്തല്ലേ? ഭാഗ്യമുണ്ടെങ്കിൽ രക്ഷപ്പെടാം എന്നേ ഉള്ളൂ.'

'അങ്ങനെയൊന്നും ചിന്തിക്കാറായില്ലല്ലോ. സെക്കന്ററി വന്നിട്ടില്ലെങ്കിൽ പിടിച്ചുനിൽക്കാൻ പറ്റും.'

അർബുദത്തിന്റെ പിടിയിൽനിന്ന് അത്ഭുതകരമാംവിധം രക്ഷപ്പെട്ട ചിലരുടെ അനുഭവങ്ങൾ രാധാകൃഷ്ണൻ പറയുന്നു. അപ്പറഞ്ഞതൊക്കെ ഏതോ കിനാവിലെ ഒച്ചപോലെയാണെനിക്ക്.

'മെഡിക്കൽ റിപ്പോർട്ടൊക്കെ എന്നെ ഏൽപ്പിച്ചാൽ മതി. ഇവിടെ ഒരു തൊറാസിക് സർജനുണ്ട്. സുരേന്ദ്രൻ വരണ്ട. ആ റിപ്പോർട്ട്വെച്ച് ഞാനൊന്ന് സംസാരിക്കട്ടെ. ഇനിയൊക്കെ എനിക്ക് വിട്ടുതന്നാമതി.

പെങ്ങളുടെ വിവാഹം നിശ്ചയിച്ച കാര്യം പറഞ്ഞു.

അതുകഴിയുംവരെ എങ്ങോട്ടും നീങ്ങാൻ വയ്യ.

നിറയെ സന്തോഷമാണ് വീട്ടിൽ.

അതിലേക്ക് തീ കോരിയിടാൻ വയ്യ.

വീട്ടിൽ വിവാഹത്തിന്റെ ഒരുക്കങ്ങൾ.

മുന്നിൽ നിൽക്കേണ്ട ഞാൻ പതുക്കെ പിൻവലിഞ്ഞു. അസ്വാസ്ഥ്യം കൂടിവരുന്നു. ഒരുദിവസം രാവിലെ വാഷ്ബേസിനി ലേക്ക് ചുമച്ചുതുപ്പിയപ്പോൾ രക്തത്തിന്റെ പൊട്ടുകളായിരുന്നു നിറയെ. വീടിനടുത്തുതന്നെയുള്ള പ്രൈമറി ഹെൽത്ത് സെന്ററിലെ ഡോക്ടർ ചുമ കൂടാതിരിക്കൻ മാത്രം മരുന്നു കുറിച്ചുതന്നു.

എല്ലാ ആശ്വാസങ്ങൾക്കുമപ്പുറം ശരീരത്തിന്റെ ഒറ്റപ്പെടലാണ് ഒരു രോഗിയുടെ വിധി. രാത്രി ഉറങ്ങാൻ വയ്യ. മക്കളുടെ മുഖം ഉള്ളിൽ വന്നു തൊടുന്നു. മൂത്തവൻ മൂന്നിലാണ്. ഇളയവന് ഒരു വയസ്സായില്ല. ഒറ്റയ്ക്കുനിന്ന് പൊരുതി അവരെ പോറ്റിവളർത്താൻ പാടുപെടുന്ന ഒരമ്മയുടെ മുഖം എനിക്ക് സങ്കല്പിക്കാനേ വയ്യ. അതേപ്പറ്റി ഓർത്ത് ധൈര്യം ചോർന്നുപോകരുതെന്ന് ജമാൽ കൊച്ച ങ്ങാടി എഴുതി. ഒരു ജ്യേഷ്ഠന്റെ സാന്ത്വനമാണത്.

പെങ്ങളുടെ കല്യാണത്തിന് സദ്യയുണ്ണാൻ പറ്റിയില്ല. നെഞ്ച് പിളർക്കുന്ന വേദനയായിരുന്നു അന്ന്. അത് കടിച്ചുപിടിച്ചു. ആ ഒരുദിവസം കഴിയാൻ കാത്തിരിക്കുകയായിരുന്നു ഞാൻ. അതു കഴി ഞ്ഞാൽ നെഞ്ചു കീറാനായി കിടന്നുകൊടുക്കാം. അന്ന് രാത്രി ജല രൂപത്തിലും ഒന്നും കഴിക്കാൻവയ്യെന്നായി.

പിറ്റേന്നു രാത്രി ഭീതിദമായ ഒരു കിനാവുകണ്ട് ഞാൻ വിറച്ചു. ശരീരത്തിനകത്ത് എന്തോ വളർന്ന് പൊട്ടിത്തെറിക്കുന്നതായിരുന്നു കിനാവ്.

ഒരു ശബ്ദത്തിലേക്ക് ഞാൻ ശരിക്കും ഉണർന്നു.

പിറ്റേന്ന് ആശ്ചര്യകരമായി ചിലത് സംഭവിച്ചു.

ശരീരാസ്വാസ്ഥ്യങ്ങൾ താനേ കുറഞ്ഞു.

മാസങ്ങൾക്കുശേഷം വലിയ പ്രയാസമില്ലാതെ പ്രാതൽ കഴി ച്ചു. ആ മാറ്റം ദുർജ്ഞേയമായി തോന്നി എനിക്ക്.

തൊറാക്കോട്ടമിയല്ലാതെ വേറെ വഴിയില്ലെന്ന് തൃശൂരിലെ തൊറാ സിക് സർജനും പറഞ്ഞു. കോവൈയിലേക്ക് എന്നെ കൊണ്ടുപോ കാൻ വിജയകുമാർ കുനിശ്ശേരി നിർബന്ധിക്കുന്നുണ്ട്. ശ്രീചിത്ര മെഡിക്കൽ സെന്ററിലേക്ക് പോകാനായരുന്നു രാധാകൃഷ്ണന്റെ തീരുമാനം. ഡോക്ടർ ചങ്ങാതി പറയുന്നത് സ്വീകരിക്കാം.

നിനച്ചിരിക്കാതെ ഒരു സന്ധ്യയ്ക്ക് ഡോ. കെ.ബി. വേണുഗോ

പാൽ കയറിവന്നു. വേനലിലെ ആദ്യത്തെ മഴ വീണതിന്റെ പിറ്റേദിവസമായിരുന്നു. ധാരാളം മഴപ്പാറ്റകൾ പൊടിഞ്ഞിരുന്നു. മുറ്റത്ത് ഓല കത്തിച്ചുണ്ടാക്കിയ തീനാളങ്ങളിലേക്ക് മഴപ്പാറ്റകൾ ചിറകു കരിഞ്ഞു വീഴുന്നത് നോക്കിയിരിക്കുകയായിരുന്നു ഞാൻ.

എന്റെ രോഗവിവരം വേണുവേട്ടൻ അറിഞ്ഞിരുന്നു. രോഗാവസ്ഥയിൽ പെട്ടെന്നുണ്ടായ മാറ്റത്തെപ്പറ്റി ഞാൻ സൂചിപ്പിച്ചു.

മാരകമായി ഒന്നുമില്ലെന്ന് വേണുവേട്ടൻ ഉറപ്പിച്ചുതന്നെ പറയുന്നു. എന്തോ ഉണ്ടായിരുന്നു. ശരീരം അതിനെ തള്ളിക്കളയുകയാണ്.

ബോഡിഹീലിങ്ങിനെക്കുറിച്ചാണ് വേണുവേട്ടൻ ഏറെ സംസാരിച്ചത്. ആ വഴിക്കുള്ള വൈദ്യശാസ്ത്രത്തിന്റെ അന്വേഷണങ്ങളെക്കുറിച്ച്. താരാശങ്കറിന്റെ ആരോഗ്യനികേതനം ഓർമ്മയിലെത്തി. ആ നോവലിലെ ചക്രധാരി ഡോക്ടർ പറഞ്ഞ വാക്കുകൾ ഉള്ളിൽ മുഴങ്ങുന്നു:

'രോഗം മാറ്റാനുള്ള ശക്തി രോഗിയുടെ ശരീരത്തിനുതന്നെയുണ്ട്.'

ആ ശക്തിയെ ഉണർത്തുകയേ വേണ്ടൂ.

ഔഷധം ദിവ്യമായ സ്പർശത്തിന്റെ വിരലുകളാണ്.

ഉറങ്ങിക്കിടക്കുന്ന ചൈതന്യത്തെ ഉണർത്തുക മാത്രമാണ് അതിന്റെ ധർമ്മം. വൈദ്യന്റെ സ്നേഹപൂർണ്ണമായ ആശ്ലേഷവും ചിലപ്പോൾ ഈ ചൈതന്യത്തെ ഉണർത്തിയേക്കാം. മരുന്നുതന്നെ വേണ്ടിവരില്ല. കോരുവൈദ്യരുടെ സ്പർശം കുഞ്ഞുന്നാളിൽ എന്നെ രോഗവിമുക്തനാക്കിയിട്ടുണ്ട്. ഞാൻ പനിച്ചുവിറച്ച് കിടക്കുമ്പോൾ കോരുവൈദ്യർ നെറ്റിയിലൊന്ന് പിടിക്കുകയേ വേണ്ടൂ. പടിക്കലെ പ്പറമ്പിലെ കളിക്കൂട്ടുകാരെ അന്വേഷിച്ച് പുറത്തിറങ്ങാറാവും.

ഇപ്പോൾ കോരുവൈദ്യരില്ല.

അല്പനേരം സംസാരിച്ചിരുന്ന് വേണുവേട്ടൻ പോയി. അദ്ദേഹം കാർ പാർക്ക് ചെയ്ത സ്ഥലത്തേക്ക് ചെറിയൊരു കയറ്റമുണ്ട്. കാറിനടുത്തേക്ക് ഞാനും ചെന്നു. അവിടെയെത്തുമ്പോൾ വേണുവേട്ടൻ പറഞ്ഞു:

'ഞാൻ സുരേന്ദ്രന്റെ ബ്രീത്തിങ്ങ് ശ്രദ്ധിക്കുകയായിരുന്നു. പേടിക്കാനൊന്നുമില്ല. ഇ.എസ്.ആർ കുറഞ്ഞിട്ടുണ്ട്. സംശയം തീർക്കാൻ നാളെ പരിശോധിക്കൂ. എന്നിട്ട് വിവരം പറയൂ."

പിറ്റേന്ന് ഇ.എസ്.ആർ നോക്കി. വേണുവേട്ടൻ പറഞ്ഞത് ശരി. മുമ്പത്തേതിനേക്കാൾ നേർപകുതി.

ഇരുട്ടിലേക്ക് വെളിച്ചം തള്ളിക്കയറിവരുന്നു.

ശ്രീചിത്തിരയിലേക്ക് പോകാൻവേണ്ട ഏർപ്പാടുകൾ ചെയ്ത് രാധാകൃഷ്ണൻ വരുമ്പോൾ രാത്രിയായിരുന്നു. വേനലിന്റെ ഒടുക്കം. പെരുമഴ ആരംഭിച്ചിരുന്നു. അപരിചിതമായ വഴിയിലൂടെ പെരുമഴയിലൂടെ കാറോടിച്ചാണ് അദ്ദേഹം പ്രാർത്ഥനയിലെത്തിയത്. മെഡിക്കൽ റിപ്പോർട്ടും, ശ്രീചിത്തിരയിലേക്കുള്ള കത്തും അദ്ദേഹം കൊണ്ടുവന്നിരുന്നു. ബോഡിഹീലിങ്ങിലൊന്നും രാധാകൃഷ്ണൻ വിശ്വസിക്കുന്നില്ല.

'ഒന്നിന്റെ പേരിലും പരീക്ഷണം വേണ്ട. തെറാക്കോട്ടമിയെങ്കിൽ അങ്ങനെ.'

രാധാകൃഷ്ണൻ പറഞ്ഞു.

തിരുവനന്തപുരത്തേക്ക് കൂടെ വരുന്നത് അനിയനാണ്. ഡൽഹിയിലേക്കുള്ള മടക്കയാത്ര മാറ്റിവെച്ചതാണവൻ. ടിക്കറ്റ് അജയൻ എടുത്ത് വെച്ചിട്ടുണ്ട്. കന്യാകുമാരി വണ്ടിക്കാണ് യാത്ര. ബാബു സേവ്യർ കോവളത്ത് എന്നെ കാത്തിരിക്കുന്നുണ്ടാവും.

ആശുപത്രിയിലേക്ക് ബീനയും ഒപ്പം വന്നു.

ബാബുവിന്റെ പെങ്ങൾ.

ശ്രീചിത്തിരിയിൽനിന്ന് ട്രെയിനിങ്ങ് കഴിഞ്ഞ നേഴ്സാണ് ബീന. കുറച്ചുകാലം അവിടെ ജോലി നോക്കുകയും ചെയ്തിരുന്നു.

ബീന കൂടെ വന്നത് വലിയ ആശ്വാസമായി.

രാധാകൃഷ്ണന്റെ സുഹൃത്തായ ഡോക്ടർ ആനന്ദബാബു എന്നെ പ്രതീക്ഷിച്ചിരുന്നു.

തൊറാസിക് സർജനായ ഉണ്ണിഡോക്ടറാണ് എന്നെ പരിശോധിച്ചത്. അന്നനാളത്തിലെ ബൾജിങ് അത്ര കാര്യമാക്കുന്നില്ല അദ്ദേഹം. അവിടത്തെ റേഡിയോളജിസ്റ്റുമായി സംസാരിച്ചപ്പോൾ ഇൻഫീരിയർ വീനക്കാവയുടെ കംപ്രഷനാണെന്ന തീർച്ചയിലെത്തി. പെട്ടെന്ന് ഒരു തെറാക്കോട്ടമിയുടെ അനിവാര്യതയെ അദ്ദേഗം തള്ളിക്കളഞ്ഞു.

'ഇപ്പോഴുള്ളതൊക്കെ ഊഹങ്ങളാണ് സുരേന്ദ്രൻ. അന്നനാള

ത്തിലെ അൾസറിന് മരുന്നെഴുതാം. ആറാഴ്ച കഴിഞ്ഞ് വരൂ. എന്നിട്ടും മാറ്റമില്ലെങ്കിൽ വീണ്ടും പരിശോധനകൾ നടത്താം. അതിനുശേഷം വേണ്ടതു ചെയ്യാം.'

ഏറെ പ്രതീക്ഷിക്കാൻ പ്രേരിപ്പിക്കുന്ന വാക്കുകൾ. ജീവൻ തിരിച്ചുകിട്ടിയ അനുഭവം. ഏറെ മാസങ്ങൾക്കുശേഷം ആ രാത്രി ഞാൻ ശാന്തനായി ഉറങ്ങി.

ഒഴിഞ്ഞുപോയി എന്ന് വിശ്വസിച്ചത് വെറുതെ.

അവൻ എന്നെ പിന്തുടരുകയാണ്. നായാടാൻ നോക്കുകയാണ്. ആറാഴ്ച കഴിഞ്ഞപ്പോൾ ഭക്ഷണം കഴിക്കാനുള്ള പ്രയാസം മാറി. ചുമ അപ്പോഴുമുണ്ട്.

അത്തവണ ശ്രീചിത്തിരയിൽ പോയി എക്സ്റേ എടുത്തപ്പോൾ വലത്തേ ശ്വാസകോശത്തിൽ നിഴലുപോലെ എന്തോ കണ്ടു.

വീണ്ടും സ്കാൻ ചെയ്യണം.

പെട്ടെന്ന് മടങ്ങാമെന്ന് കരുതി പോയതാണ്. രണ്ട് ദിവസംകൂടി തിരുവനന്തപുരത്ത് തങ്ങേണ്ടിവന്നു. സ്കാൻ ചെയ്തതോടെ കാര്യങ്ങൾ വീണ്ടും കുഴഞ്ഞുമറിയുകയാണ്. വലത്തേ ബ്രോങ്കസ്സിനു ചുറ്റുമായി എന്തോ വളരുന്നുവെന്ന് സ്ഥിരീകരിക്കുകയാണ്. ഉണ്ണി ഡോക്ടറുടെ മുഖത്തെ ഭാവമാറ്റം ശ്രദ്ധിച്ചു.

അർബ്ബുദമാവില്ല എന്ന് യാതൊരു ഉറപ്പുമില്ല.

ആശ്വാസം ഒന്നേയുള്ളൂ. ഓപ്പറേഷനില്ലാതെ ബയോപ്സി ചെയ്യാം. ബ്രോങ്കോസ്കോപ്പി മതി. അതിനായി ആശുപത്രിയിൽ അഡ്മിറ്റാവണം. ഒരാഴ്ചയ്ക്കുശേഷമുള്ള തീയതി കുറിച്ചു.

ഇത്തവണ എൻ.ആർ.എസ്. ബാബുവിനെ ചെന്നു കണ്ടു. മുമ്പേ തന്നെ കാണേണ്ടതായിരുന്നു. കാണാത്തതിൽ പരിഭവം പറഞ്ഞു. സാറിനോട് സംസാരിച്ചിരിക്കുക ഒരനുഭവമാണ്. പേടിയുടെ നിഴലുകളെ മായ്ച്ചുകളയുന്ന മാന്ത്രികതയുണ്ട് ആ വാക്കുകൾക്ക്. മകളുടെ മാരകമായ അസ്ഥിരോഗവുമായി അമേരിക്കയിലെ മയോ ക്ലിനിക്കുവരെ ചെന്ന അദ്ദേഹം വൈദ്യശാസ്ത്രത്തിന്റെ സാധ്യതകളുടെ അറ്റംകണ്ട ആളാണ്.

ഡോ. ഹമീദ്ഖാന്റെ സുഹൃത്താണ് അദ്ദേഹം. ലോകത്തിലെ വിഖ്യാതരായ ശാസ്ത്രഗവേഷകരിൽ ഒരാളാണ് അദ്ദേഹം.

കാൻസർ ചികിത്സയ്ക്കുള്ള പല മരുന്നുകളും ഹമീദ്ഖാന്റെ പേറ്റന്റിലുള്ളതാണ്.

ഒരുപക്ഷേ, മഹാത്ഭുതങ്ങളുടെ നൂറ്റാണ്ടിലേക്കാവും ഇനി നമ്മൾ പ്രവേശിക്കുന്നത്. ജനിതക ഗവേഷണങ്ങൾ എല്ലാം മാറ്റിമറിക്കുകയാണ്. ആധുനിക വൈദ്യശാസ്ത്രത്തിന്റെ മഹാഗോപുരങ്ങളുടെ അടിത്തറ ഇളകാൻ പോകുന്നു. ഇത്തരം പ്രതിസന്ധികളൊക്കെ നമ്മിലേക്കുതന്നെ തിരിഞ്ഞുനോക്കാനും അവനവനെ മാറ്റിയെഴുതാനും ഇതുവരെ കാണാത്ത ദിശയിലേക്ക് യാത്ര ചെയ്യാനുമുള്ള നിമിത്തമായി കണ്ടാൽ മതി. പൊരുതാനുള്ള മനസ്സ് കൈമോശം വരാതെ നോക്കണം. ഞങ്ങളൊക്കെ കൂടെയില്ലേ? വീട്ടിൽ പോയി വരൂ. ഞാൻ ഫോളോ അപ്പ് ചെയ്തോളാം. ഉണ്ണി ഡോക്ടറുമായി സംസാരിക്കാം.

ബാബുവിന്റെ ആശ്വാസവചനങ്ങൾ.

അതെന്നെ ആഴത്തിൽ സ്പർശിച്ചു.

സംസാരിച്ചുകൊണ്ടിരിക്കെ യാത്രകൾ വിഷയമായി.

എന്റെ രോഗചിന്തകൾ അദ്ദേഹം അടർത്തിമാറ്റുന്നു.

ഒരുതരം സൈകോ കൈനസീസ് തെറാപ്പി.

ഏതെല്ലാമോ യാത്രാപഥങ്ങളിലൂടെ മറ്റൊരു ലോകത്തേക്ക് കൂട്ടിക്കൊണ്ട് പോകുന്നു.

കാലത്തിന്റെയും ഭൂമിശാസ്ത്രത്തിന്റെയും അതിരുകൾ മാഞ്ഞുപോവുകയാണ്.

ബി.സി.യിലേക്ക് വേരാഴ്ത്തി നിൽക്കുന്ന കാലിഫോർണിയൻ റെഡ്വുഡുകളോട് ക്രിസ്തുവും ബുദ്ധനും സംസാരിക്കുന്നത് കേട്ടുവോ എന്ന് ചോദിച്ചതിനെപ്പറ്റി... തുർക്കിയിൽ അതീതകാലത്തിന്റെ ശബ്ദം മുഴങ്ങുന്ന ഏതോ ഒരു മലയിലേക്കുള്ള കയറ്റത്തെപ്പറ്റി... കപിലവസ്തുവിലെ രാജകുമാരന്റെ കാല്പാടുകൾതേടി കസാൻസാക്കീസ് നടത്തിയ വ്രണിതതീർത്ഥാടനങ്ങളെപ്പറ്റി...

ബ്രോങ്കോസ്കോപ്പി വഴി ബയോപ്സി എടുത്താൽ എല്ലാ ഊഹങ്ങൾക്കും വിരാമമാവും. ഞാൻ ഒരു കാൻസർ രോഗിയാണോ അല്ലയോ എന്ന് തീരുമാനിക്കാൻ ഒരാഴ്ചയേ വേണ്ടൂ.

എന്റെ ശരീരത്തിനകത്തെ ഏതോ ഒരു മാജിക്കിൽ എനിക്കും വിശ്വാസം വന്നിരുന്നു.

ആ ദിവസങ്ങളിൽ എനിക്ക് കൂട്ട് ആരോഗ്യനികേതനമായിരുന്നു. ഞാനത് വീണ്ടും വായിച്ചു. നാഡിപിടിച്ചു നോക്കി, ഉള്ളിൽ വളരുന്നവൻ ആരെന്നു പറയാനുള്ള ഉൾക്കണ്ണ് വരംകിട്ടിയ ഒരു ജീവൻ മശായിയെ കണ്ടുമുട്ടിയിരുന്നെങ്കിലെന്ന് ഞാൻ അഗ്രഹിച്ചുപോയി.

ഒക്കെ ഒരു കിനാവുമാത്രം.

കശക്കിയും, പൊളിച്ചും രക്തം ഊറ്റിയെടുത്തും രോഗവും വിധിയും നിർണയിക്കുന്ന ഒരു കാലത്തേക്ക് ജീവൻമശായി വരില്ല.

പിഴവുകളുടെ കാലമാണിത്.

പിഴവുകൾ... പിഴവുകൾ... പിഴവുകൾ.

ബുധനാഴ്ച ഗുരുവായൂരിൽനിന്ന് പുറപ്പെടുന്ന കന്യാകുമാരി വണ്ടിക്ക് പോകണം. ടിക്കറ്റ് റഹ്മാൻ എടുത്തുവെച്ചിട്ടുണ്ടാവും. യാത്ര പുറപ്പെടാൻ നേരമായപ്പോഴേക്കും വീട്ടിലാകെ വെളിച്ചംകെട്ടു. സുജാതയോട് ഞാനൊന്നും തെളിച്ച് പറഞ്ഞിരുന്നില്ല. ഏതോ ആപത്തിനെ നേരിടാൻപോകുന്നു എന്ന തോന്നലുണ്ടവൾക്ക്. ആ കണ്ണീര് കാണാൻ ത്രാണിയില്ലാതെ ഞാൻ ക്ഷോഭിച്ചു. കഠിനമായ ജീവിതത്തിന്റെ കയ്പ്പ് ഏറെക്കുടിച്ചു വറ്റിച്ച അച്ഛൻ നില വിടുന്നില്ല. അമ്മയോട് നേരത്തെ പറഞ്ഞിരുന്നു. വിശ്വസിക്കാൻ അമ്മയ്ക്ക് ചിലതുണ്ട്. നാട്ടുവൈദ്യനായിരുന്ന മുത്തച്ഛന്റെ പുണ്യങ്ങൾ അത്രയും മക്കളെ തുണയ്ക്കുമെന്ന്.

ലീലാകൃഷ്ണൻ ബാങ്കിൽ പോയിട്ടില്ല. എനിക്കവൻ എന്റെതന്നെ നിലനില്പ്പിനെ നിശ്ചയിക്കുന്ന ഒരനിവാര്യതയാണ്. കുഞ്ഞിരാമൻ നായരെക്കുറിച്ച് അവനെഴുതിയ പുസ്തകത്തിന്റെ കോപ്പി അന്നത്തെ തപാലിൽ കിട്ടിയിരുന്നു. ഇറങ്ങുന്ന പുസ്തകത്തിന്റെ ആദ്യകോപ്പി എനിക്കുതന്നെ ഒപ്പിട്ടുതരണമെന്ന് നിർബന്ധമുണ്ടവന്. അത് ഏറ്റുവാങ്ങുമ്പോൾ ഉള്ളൊന്നു പിടഞ്ഞു. അതിന്റെ പ്രകാശനം പെട്ടെന്ന് നിശ്ചയിച്ചിരുന്നതാണ്. എന്റെ രോഗാവസ്ഥകാരണം മാറ്റിവെച്ചു.

'നീ ആരോഗ്യത്തോടെ തിരിച്ചുവാ. അതിനുശേഷം പ്രകാശനത്തെപ്പറ്റി ആലോചിക്കാം.'

എടപ്പാൾ വരെ അവൻ അനുഗമിച്ചു.

ഗുരുവായൂർ ക്ഷേത്രനടയിലൂടെ റഹ്മാന്റെ കടയിലേക്ക് നടക്കു

മ്പോൾ വിനോദിനെ കണ്ടു. മ്യൂറൽ ആർട്ടിസ്റ്റാണ് വിനോദ്. കണ്ടിട്ട് ഏറെനാളായിരുന്നു. വിവരങ്ങൾ അവൻ ചോദിച്ചു.

'ഞാൻ കൂടെ വരണോ?'

'വേണ്ട.'

'രോഗം ബാധിച്ച അവയവങ്ങളുടെ രൂപം നടയ്ക്കൽവെച്ച് തൊഴാറുണ്ടിവിടെ. ചേട്ടനുവേണ്ടി ഞാനതു ചെയ്തോളാം.'

റഹ്മാന്റെ കടയിൽ സുഹൃത്തുക്കൾ കാത്തിരിക്കുന്നു. ഗുരുവായൂർ കൃഷ്ണൻകുട്ടി, ശ്രീഹരി,... എല്ലാവരും അസ്വസ്ഥരാണ്. എന്റെ മായാപുരാണത്തെക്കുറിച്ച് കൃഷ്ണൻകുട്ടിയേട്ടൻ വാതോരാതെ സംസാരിക്കുന്നു. ആ നോവലിനെ മുൻനിർത്തി ഒരു ചർച്ച അവൻ പ്ലാൻ ചെയ്യുന്നു.

'ഒന്നിനെപ്പറ്റിയും ഇപ്പോൾ ആലോചിക്കണ്ട. ആയുസ്സ് നീട്ടിക്കിട്ടുമോ എന്നറിയട്ടെ.' ഞാൻ പറഞ്ഞു.

യാത്ര പുറപ്പെടുംമുമ്പ് കോവിലന് ഫോൺ ചെയ്തു. വിവരങ്ങൾ ഒക്കെ കോവിലനറിയാം. എനിക്കുള്ളിലെ പിതൃബിംബങ്ങളിലൊന്നാണ് കോവിലൻ.

ആ സാന്ത്വനം എന്നുമെന്റെ ഊർജ്ജമായിരുന്നു.

'ദൈവവിശ്വാസിയാണോ?'

ആണെന്നോ അല്ലെന്നോ പറഞ്ഞില്ല.

"നല്ലോണം പ്രാർത്ഥിച്ചോളൂ. നിസ്വരായ നമ്മൾ മറ്റെന്ത് ചെയ്യാൻ? ഒന്നും വരില്ല സുരേന്ദ്രന്.'

കോവിലന്റെ വാക്കിൽ വിറയലുണ്ട്.

കൂടുതലൊന്നും സംസാരിച്ചില്ല.

വ്യാഴാഴ്ചയാണ് ബ്രോങ്കോസ്കോപ്പിക്കുവേണ്ടി അഡ്മിറ്റായത്. അവിടത്തെ രീതികളെപ്പറ്റി ബീന പറഞ്ഞിരുന്നു. എന്നെ വാർഡിൽ കൊണ്ടാക്കി ബീനയും നാണുവേട്ടനും പോയി.

തൊറാസിക് വാർഡ്.

ജീവിതത്തിലെ ആദ്യത്തെ അനുഭവം.

സർജറി കഴിഞ്ഞും സർജറി പ്രതീക്ഷിച്ചും കിടക്കുന്നവർക്കിടയിൽ ഞാൻ. നിറഞ്ഞ നിശ്ശബ്ദത. വല്ലപ്പോഴും മാത്രം കേൾക്കുന്ന ഞരക്കങ്ങൾ. ചുമ. ചിരിവറ്റിയ വിളർത്ത മുഖങ്ങളാണെങ്ങും.

വസ്ത്രം മാറിക്കഴിഞ്ഞപ്പോൾ ക്ഷുരകൻ വന്നു. പരിശോധന

യ്ക്കുമുമ്പ് ഷേവ് ചെയ്യണം. നിസ്സംഗനായി ഞാൻ ഇരുന്നുകൊടുത്തു. താടി വളർത്താൻ തുടങ്ങിയിട്ട് ഒന്നരപ്പതിറ്റാണ്ടിലേറെയായി. മുഖം കഴുകി കണ്ണാടിയിൽ നോക്കുമ്പോൾ എന്റെ മുഖം എനിക്ക് മനസ്സിലായില്ല. എനിക്ക് ചിരിവന്നു.

വൈകുന്നേരം നാലുമണിതൊട്ട് ആറുമണി വരെ സന്ദർശകരുണ്ടാവും. അത് കഴിഞ്ഞാൽ രോഗികൾ ഒറ്റപ്പെടുകയായി. ഹൃദയവാൽവ് അടക്കമുള്ള ശരീരാവയവങ്ങൾക്ക് പണമടച്ച് അനിശ്ചിതമായി കാത്തിരിക്കുന്നവരുണ്ട്. അവരുടെ പങ്കപ്പാടുകൾ ദയനീയം.

അനാഥാലയത്തിൽനിന്നുള്ള സൈമൺ അവിടെ വന്നിട്ട് രണ്ടാഴ്ചയായി. ഹൃദയവാൾവിന് സാരമായ തകരാറുണ്ട്. അത് മാറ്റിവെക്കണം. ഇടവകയിൽ പിരിവ് തുടങ്ങിയിട്ടേയുള്ളൂ. എന്ന് ഓപ്പറേഷൻ നടക്കുമെന്ന് അയാൾക്കറിയില്ല.

ശരീരത്തെ സംബന്ധിച്ച ദുരൂഹവും അപരിചിതവുമായ അറിവുകളിലൂടെ ഞാൻ കടന്നുപോവുകയായിരുന്നു.

ചില അത്യാഹിത ശസ്ത്രക്രിയകൾമൂലം മൂന്നാംദിവസത്തേക്ക് ബ്രോങ്കോസ്കോപ്പി മാറ്റിവെച്ചു. ആ ദിനങ്ങൾ തള്ളിനീക്കുക വലിയ പ്രയാസമായി.

'ധൃതിപിടിച്ച് ചെയ്താൽ ശരിയാവില്ല. ആ മുഴകൾ സുരേന്ദ്രനും കാണിച്ചുതരാം. സ്വന്തം ശ്വാസകോശത്തിന്റെ ഫങ്ഷൻ കാണുന്നത് ഒരനുഭവമല്ലേ?'

ഉണ്ണിഡോക്ടർ ചോദിക്കുന്നു.

ഞാൻ ചിരിച്ചു.

ശനിയാഴ്ച പ്രഭാതത്തിൽ കുളിച്ചു വസ്ത്രം മാറി. തലമുടി മൂടിക്കെട്ടി. മയക്കത്തിനുള്ള ഇഞ്ചക്ഷൻ എടുത്തതിനാൽ അല്പസമയം ഉറങ്ങി. തൊണ്ടയിൽ ലോക്കൽ അനസ്തീഷ്യ തന്നു. വേദനയൊന്ന് മിന്നിമറഞ്ഞു.

പിന്നെ തരിപ്പുമാത്രം.

'ശരിക്കും സഹകരിക്കണം സുരേന്ദ്രൻ. മൂക്കിലൂടെ ഇതിറക്കുമ്പോൾ ചുമയുണ്ടാവും. അത് അമർത്തിപ്പിടിക്കണം. എന്നാൽ പെട്ടെന്ന് പരിശോധന തീർക്കാം.'

പി.ജി. വിദ്യാർത്ഥികളായ ചിലർ ഉണ്ണിഡോക്ടർക്ക് ഒപ്പമുണ്ട്. അവർക്ക് പറഞ്ഞുകൊടുക്കുന്ന കാര്യങ്ങൾ പേടിപ്പെടുത്തുന്ന മുഴക്കംപോലെ.

അപകടകരമായ സ്ഥലത്താണ് ആ മുഴകൾ. അതിന്റെ ഘടന ഡോക്ടർക്കും ദുരൂഹതയുണ്ടാക്കുന്നു. വിജയകരമായ ഓപ്പറേഷനുപോലും സാധ്യതയില്ല. കാൻസറാണെങ്കിൽ അതിന്റെ പടർച്ചയെക്കുറിച്ച് ഒന്നും ഊഹിക്കാൻ വയ്യ. ഒരുവേള എന്റെ കാര്യത്തിൽ യാതൊരു പ്രതീക്ഷയും വേണ്ടെന്നർത്ഥം.

ഡോക്ടർ പറയുന്നതൊക്കെയും ഉലയിൽ പഴുപ്പിച്ചെടുത്ത വാളായി തലച്ചോറിലേക്ക് പാഞ്ഞുകയറുന്നു. വീടിനെക്കുറിച്ച് ഓർമ്മകൾ ഉണ്ടാവരുതേയെന്ന് ഞാൻ പ്രാർത്ഥിച്ചുപോയി.

അല്പം ചെരിച്ചുകിടത്തി എന്റെ ശ്വാസകോശം കാണിച്ചുതന്നു. കമ്പ്യൂട്ടർ സ്ക്രീനിൽ അത് തെളിയുന്നു.

ആ മുഴകൾ...

ചുവപ്പിന്റെ പല രാശികൾ...

ഗുഹാമാർഗ്ഗങ്ങൾ...

പ്രാണവായു രക്തത്തിൽ കലരുന്ന ആ ജൈവവിദ്യയെക്കുറിച്ച് ഉണ്ണിഡോക്ടർ പറഞ്ഞുതരികയാണ്.

ബ്രോങ്കോസ്കോപ്പി കഴിഞ്ഞതും കനത്ത ചുമ. ചുമച്ചു തുപ്പുന്നതിൽ നിറയെ ചോര. നെഞ്ചാകെ നീറുന്നു. ചുമച്ചു ചുമച്ചു ഞാൻ തളർന്നു. ആ തളർച്ചയിൽ ഞാൻ ഉറങ്ങി.

ഉച്ചതിരിഞ്ഞ് ഡോക്ടർ വന്നു. എന്റെ അസ്വസ്ഥത നന്നേ കുറഞ്ഞിരുന്നു. കാപ്പി കുടിച്ചു. കുറച്ച് പഴം തിന്നു. ഛർദ്ദിച്ചില്ല. ബ്രോങ്കോസ്കോപ്പി കഴിഞ്ഞാൽ പെട്ടെന്ന് ആശുപത്രി വിടുന്ന പതിവില്ല.

'ഇവിടെ കിടക്കാൻ പ്രയാസമുണ്ടോ സുരേന്ദ്രന്?'

'അതെ. യാത്ര ഒഴിവാക്കിക്കൊള്ളാം. കോവളത്തുചെന്ന് വിശ്രമിക്കാം. കൃത്യമായി ആവി പിടിപ്പിക്കാം. ഡിസ്ചാർജ് ചെയ്തുതന്നാൽ നന്നായിരുന്നു.'

'ശരി, ഇൻഫെക്ഷൻ ഉണ്ടാകാതിരിക്കാൻ മരുന്ന് കുറിച്ചുതരാം. ഇപ്പോൾ പോയ്ക്കോളൂ. ബയോപ്സി റിസൾട്ട് വന്നിട്ട് ബാക്കി തീരുമാനിക്കാം.'

ആശുപത്രിയിൽനിന്ന് ഇറങ്ങുംമുമ്പ് ഡോക്ടറുടെ മുറിയിലേക്ക് കൊണ്ടുപോയി കാര്യങ്ങൾ പറഞ്ഞുതന്നു. ചില അവ്യക്തതകൾ ഡോക്ടർക്കുമുണ്ട്.

'ട്യൂമറാണെങ്കിൽ എന്തു ചെയ്യും?'

'ശ്വാസകോശം എടുത്തുകളയുകതന്നെ. അങ്ങനെയൊന്നും ആലോചിക്കേണ്ട സുരേന്ദ്രൻ. ജലദോഷം വന്നാൽ ആരെങ്കിലും മൂക്ക് മുറിച്ചുകളയുമോ? പാതോളജി റിസൽട്ട് വരട്ടെ.'

അന്തിമവിധിയും കാത്തിരിപ്പാണ് ഞാൻ.

കോവളത്ത് ബാബുസേവ്യറിന്റെ വീട്ടിൽ.

പകൽ അത്ര വിരസമല്ല. ബാബുവും അയാളുടെ ചിത്രങ്ങളും കൂട്ടിനുണ്ട്. ജീവികുലത്തിന്റെ വിചിത്രമായ ഫാന്റസികളാണ് ബാബുവിന്റെ ചിത്രങ്ങൾ.

അവയെന്നും എനിക്ക് പ്രിയങ്കരമായിരുന്നു. ഓരോ പരമ്പരയു ഓരോ കുതിപ്പാണ് ബാബുവിന്. ജീവിതത്തിലെ അനുരൂപ്യങ്ങൾ അത്രയും കലയിലൂടെ തെറ്റിച്ചുകൊണ്ട്, ബാബു ചിരിക്കുന്നു. സമ ത്തിന്റെ തടവ് ഒരിടത്തുമില്ല. നിയതമായ ആകൃതികളില്ല. വിപരി ണാമങ്ങളെങ്ങും. അവയിൽ പേടിയില്ല. ചിരിമാത്രം. ഭൗതികലോ കത്തിന്റെ സമയനിഷ്ഠമായ ഭയാനതകളിൽനിന്ന് പറന്നകലുന്ന സ്വപ്നരൂപികൾ. ദൈവത്തെ അറിഞ്ഞവർ. നാടോടിക്കഥയിൽനിന്ന് ഇറങ്ങിവരുന്ന ശലഭങ്ങൾ, മൃഗങ്ങൾ, പറവകൾ. ആ ചിത്രങ്ങളി ലേക്ക് നോക്കിയിരിക്കുമ്പോൾ കുട്ടിത്തം ഉണരും. അന്നേരം ഞാൻ ആശുപത്രിയെ മറക്കും. വിചിത്രരൂപികളായ പക്ഷികളുടെ പുറത്തു കയറി സഞ്ചരിക്കും.

നടക്കാൻ പ്രയാസമില്ല.

അതിനാൽ കടൽക്കരയിലേക്ക് നടക്കും. മഴക്കോളിലെ കടലിൽ ഞാൻ എന്റെ മനസ്സു കാണും.വിക്ഷുബ്ധമാണത്. പാറയിൽ ഊക്കോടെ ചിതറുന്ന നീർത്തുള്ളികൾ മഞ്ഞുകണക്കെ പടർന്നു നിൽക്കുന്നു. ഏറ്റവും ഉയരമുള്ള പാറയ്ക്കുമേൽ കയറിനിന്ന്ചൂ ണ്ടയിടുന്ന ഒറ്റയാൻ! മത്സ്യം കൊത്തിയാലും ഇല്ലെങ്കിലും അയാൾ കടലിനെ നോക്കി ധ്യാനിക്കുന്നു.

രാത്രിയിൽ ഞാൻ ഫോൺ കോളുകൾ പ്രതീക്ഷിച്ചിരിക്കും. മുകൾത്തട്ടിൽ ബാബുവിന്റെ സ്റ്റുഡിയോവിലായിരിക്കും ഞങ്ങൾ. ബോബ്മാർ ലിയോ ഹാരിബലഫോണ്ടയോ പാടുന്നുണ്ടാവും. എനി ക്കേറ്റവും പ്രിയപ്പെട്ട പാട്ടുകാർ. കറുത്തവന്റെ പ്രണയവും സഹ നവും സമരവും... തീമരങ്ങളുടെ സംഗീതമാണത്.

ബോബ്മാർലിയുടെ ശബ്ദം വേദനയോടെ ആഴമേറിയ ഖനി

യിൽനിന്ന് വരുന്നതുപോലെയാണ്. ബബ്മാർലിക് അർബുദമായി രുന്നു. ഒടുക്കത്തെ തീവ്രവേദനകളുമായി അദ്ദേഹം ഒരു സാനി ട്ടോറിയത്തിൽ താമസിച്ചിരുന്നു. വേദന മാറ്റാനുള്ള ചികിത്സമാത്ര മായി.

താൻ മറന്നുപോയ തരളഭാവങ്ങളിലേക്ക് ബോബ്മാർലിയെ ഉണർത്തിയ ഒരു പൂവിനെപ്പറ്റി ബാബു സംസാരിച്ചുകൊണ്ടിരുന്നു. സാനിട്ടോറിയത്തിനുപുറത്തെ ഏകാന്തമായ വഴിയിലൂടെ നടക്കു മ്പോൾ ഒരു കുട്ടി തടഞ്ഞുനിർത്തി നൽകിയ പൂവാണത്.

അന്നേരം ഫോൺ ശബ്ദിച്ചു.

ജയകൃഷ്ണനാണ്.

വൈദ്യകുടുംബത്തിൽ പിറന്ന എന്റെ ചങ്ങാതി.

ശരീരശാസ്ത്രം പഠിച്ചവൻ.

'റിസൾട്ട് എന്തായി?'

'ഒന്നുമായില്ല.'

'ഒന്നുറപ്പിച്ചോ. അത് മാലിഗ്നൽ ഗ്രോത്തല്ല. വൈദ്യശാസ്ത്രം എന്തും പറയട്ടെ.'

ഒരു പ്രവചനത്തിന്റെ മുഴക്കമായി ജയകൃഷ്ണന്റെ സ്വരം. രാത്രി കിടക്കുമ്പോൾ കുട്ടികളുടെ മുഖം മാടിവിളിക്കുന്നു. അന്നേരം ഞെട്ടി യുണരുന്നു. ഇരുട്ടിലേക്ക് നോക്കി പകലാവാൻ കാത്തുകിടക്കുന്നു.

പാതോളജി റിസൽട്ട് ചൊവ്വാഴ്ച കിട്ടുമെന്ന് പറഞ്ഞിരുന്നു. ഡയ റക്ടർ ഓഫീസിലെ ശ്രീപ്രിയയ്ക്ക് വിളിച്ചുനോക്കി. ഒന്നും തെളി ഞ്ഞുകിട്ടിയിട്ടില്ലെന്ന് ഉത്തരം. അനിശ്ചിതത്വം നീളുന്തോറും ഭയം പെരുകുന്നു. ദൂരെ, ബന്ധുക്കളുടെ സ്വരത്തിലും ഉത്ക്കണ്ഠ നിറ യുന്നത് എനിക്കറിയാം. അവരോട് ഞാനെന്തു പറയും.

ബുധനാഴ്ച ശ്രീപ്രിയ വിളിച്ചു. സന്തോഷം നിറഞ്ഞ സ്വരം.

'കൺഗ്രാജുലേഷൻ സുരേന്ദ്രൻ. കാൻസറും ട്യൂമറും ഒന്നുമല്ല. മരുന്നുകൊണ്ടു മാറ്റാവുന്ന അസുഖമേയുള്ളു. ഉണ്ണിഡോക്ടർ മരുന്നു കുറിച്ചുവെക്കും. നാളെ ഒ.പി.യിൽ വന്ന് മേടിച്ചാൽ മതി. സുരേന്ദ്രൻ നല്ല ഭാഗ്യമുള്ള ആളാണെന്ന് ഉണ്ണി ഡോക്ടർ പറഞ്ഞു.

ശ്രീപ്രിയ പറയുന്നത് അവിശ്വസനീയമായി തോന്നി എനിക്ക്.

നൂൽപ്പാലം കടന്നുകഴിഞ്ഞിരിക്കുന്നു ഞാൻ.

അന്ന് രാത്രി എൽസി വിളിച്ചു. എനിക്കേറെ പ്രിയപ്പെട്ട പ്രാർത്ഥ നാനിർഭരമായ ശബ്ദം.

'പേടിക്കേണ്ട. എന്നെ വീണ്ടും ജീവിക്കാൻ വിട്ടിരിക്കുന്നു.'

അന്നേരം നിറഞ്ഞ ചിരി സാന്ത്വനമായി കടന്നുപോയി.

രാവിലെ ഒ.പി.യിൽ ചെന്ന് മെഡിക്കൽ റിപ്പോർട്ട് വാങ്ങി. വെട്ടുകാട്ടില പള്ളിയിൽ ബീനയുടെ നേർച്ചയുണ്ട്. പ്രാർത്ഥനയിലേക്ക് മടങ്ങുംമുമ്പ് അവിടെ പോണം.

കടൽത്തീരത്തെ ചെറിയ ദേവാലയം. ഉച്ചയിലെ ഉഷ്ണക്കാറ്റ്.

സന്ദർശകരായി ഞാനും ബാബുവും ബീനയും മാത്രം. ക്രിസ്തുവിന്റെ പ്രതിമയെ വലംവെച്ച് മെഴുകുതിരിക്കൂടിനടുത്തെത്തി.

ദൂരെ, വെയിലിലേക്ക് വാളോങ്ങുന്ന കടൽത്തിരകൾ. കാറ്റ് ആഞ്ഞ് വീശുകയാണ്. കാറ്റിനെതിരെ പിടിച്ച മെഴുകുതിരി കത്തിക്കാൻ നന്നേ പ്രയാസപ്പെട്ടു. തെളിഞ്ഞുകത്തിയപ്പോഴോ മെഴുകുതിരിനാളങ്ങൾ കാറ്റിനെ അതിജീവിച്ചു.

ഈ വെളിച്ചം സ്നേഹമാണ്.

വഴിയാത്രയിൽ കണ്ടുമുട്ടിയവരുടെ സ്നേഹം. എന്റെ ആയുസ്സിനുവേണ്ടി ഉള്ളു ചുട്ട് പ്രാർത്ഥിച്ചവരുടെ സ്നേഹം. ഈ സ്നേഹത്തെ ഞാൻ വിശ്വാസമെന്ന് വിളിക്കുന്നു.

(1998)